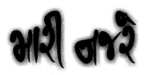

મારી નજરે

પાર્થ શાહ

'Mari Najare' collection of Gujarati Poems & Short Stories
Written by Parth Shah

પ્રકાર: કવિતા અને વાર્તા સંગ્રહ
ભાષા: ગુજરાતી

©પાર્થ શાહ

પ્રથમ આવૃત્તિ: ફેબ્રુઆરી, ૨૦૧૭
પાનાં : ૯૯
કિમત: ₹૧૨૫
ISBN: 978-81-933448-3-5

Publisher:
Billberry Studio
706, Swagat, C G Road, Ahmedabad- 380006.
Website: www.billberry.studio
Phone: +91 9924248818

Author's Contact Details:
Name: Shah Parth Bhavik [B. Tech. (Mech. Engg.), SVNIT]
Email id: parth.bshah@yahoo.in
Phone: +91 7574834895
www.facebook.com/marinajare

Sketches: Manal Shah
Cover Page Design: Manal Shah & Billberry Studio
Production design, typesetting & printing: Billberry Studio

અર્પણ

માતા મોના શાહ અને પિતા ભાવિક શાહને...

પ્રસ્તાવના

"લઘુકાવ્યો અને લઘુવાર્તાના સમન્વય દ્વારા જ લઘુતામાંથી બહાર આવવાનો આ પુસ્તકમાં પ્રયત્ન થયેલ છે!"

વાર્તાઓમાં પ્રત્યેક પ્રસંગનું વર્ણન એક સ્વતંત્ર વિચારકણિકા મૂકતું જાય છે. જીવનપથમાં પથદર્શક બને તેવા કેટલાક પ્રસંગો ભૂતકાળની યાદ પણ તાજી કરી જાય છે. પાર્થે વાર્તાની ભાષાશૈલી એટલી સરળ રાખી છે કે તે સીધી સૌંસરવી હૃદયમાં ઊતરી જાય છે. જાણે દરેક ઘટના આપણી સાથે બની હોય એવું દેખાય છે. આલેખનનું કદ નાનું અને સ્વપર્યાપ્ત હોવાથી વાંચવામાં રસ સાથે સરળતા ઉત્પન્ન કરે છે. કેટલીક વાતો પરથી ફલિત થાય છે કે કોઈ ભળતી બાબતને પ્રેમ તરીકે માનવાની આપણે ભૂલ કરી બેસીએ છીએ.

ગુજરાતી માધ્યમમાં ભણવાને લીધે પાર્થની સફળતાની ગતિ પ્રવેગી બની હોય એવું લાગે છે. શરૂઆતથી ગણિત અને વિજ્ઞાનમાં રસ ધરાવતો, વિદ્યાર્થી ગુજરાતી સાહિત્ય ક્ષેત્રે આટલું સુંદર સર્જન કરી શકે એ માટે મને ગર્વ છે.

"મારી નજરે"ની કવિતાઓ અને વાર્તાઓ પાર્થમાં રહેલી નૈસર્ગિક શક્તિ, સાહસ, નિર્ણયશક્તિ, મૌલિકતા અને વિચારશક્તિનો પરિચય કરાવે છે.

દરેક કવિતા અને વાર્તા સાથે નાના ભાઈ માનલે દોરેલા અતિ સુંદર અને પ્રતિકાત્મક પેન્સિલ સ્કેચ સોનામાં સુગંધ ભળે એ રીતે પુસ્તકમાં ભળી જાય છે.ટૂંકી વાર્તાઓએ પાર્થની નજર એના પૂરતી સીમિત નહિ રાખતાં આપણા બધા માટે પણ "મારી નજરે" બનાવેલ છે.

-ભક્તિભાઈ પટેલ

આચાર્ય,

શેઠ ચી. ન. કિશોર વિદ્યાલય

અવિનાશથી શિવાની સુધીના બધા પાત્રો પાંચ ટૂંકી વાર્તાઓમાં જે રીતે જીવંત કર્યા છે, તે વાંચતા એમ જ લાગે કે આ બનાવો હમણાં જ બન્યા હોય અને તમે આ પ્રસંગને એકાદ પાત્ર બનીને નજર સામે જોઈ રહ્યા હોય તેવો અનુભવ થાય.

પાર્થની અભ્યાસ માટેની ધગશ તો હંમેશા રહી છે. મામા હોવાને લીધે એની સાથે જોબ માટેની અને ભવિષ્યના અભ્યાસ માટેના વિચારોની આપ લે પણ ઘણી વખત થઇ છે. પાર્થની કવિતા અને ટૂંકી વાર્તાઓમાં ઊંડું બંધન, વિશાળ અવલોકન, પશ્ચિમ અને પૂર્વની સંસ્કૃતિનું સમિશ્રણ અને અત્યારની યુવા પેઢી સાથેનું સુંદર કનેક્શન અનુભવી શકાય છે. અત્યારની વોટ્સએપ્પ જનરેશન માટે પ્રેમકહાનીની સફર તો કરાવી શકાય પણ પાર્થે સાથે સાથે મૃત્યુ જેવા પ્રસંગની ગહનતા સમજાવી છે એના માટે દાદ આપું છું.

SVNIT,સુરતથી મિકેનિકલ એન્જીનીયરીંગનો અભ્યાસ કર્યા પછી બે વર્ષનો ઓપરેશન્સનો અનુભવ લઈને સરળ કારકિર્દીની શરૂઆત કરનાર પાર્થે સમયનો સુંદર ઉપયોગ કરી આ સર્જન કર્યું છે તે આખા કુટુંબ માટે ગર્વની વાત છે.

કોઈ વસ્તુ લખીને સમજાવવું સરળ કહી શકાય, પણ એ જ વસ્તુને ફક્ત એક ચિત્ર દ્વારા સમજાવવી અઘરી છે અને આ અઘરું કામ માનલે એના સ્કેચ મારફતે ખૂબ જ સરસ રીતે પ્રસ્તુત કર્યું છે. સુંદર લખાણ તેમજ તેના અનુરૂપ સ્કેચિસ આ પુસ્તકની એક અલગ છબી ઊભી કરે છે.

હું નવોદિત લેખક અને કવિ પાર્થ શાહ અને ઊગતા ચિત્રકાર તેના નાના ભાઈ માનલ શાહને અભિનંદન પાઠવું છું. આવનારા વર્ષોમાં આ શોખને આગળ વધારી વધુ સાહિત્યનું સર્જન કરવાની પ્રેરણા કરું છું અને એનો આ ઉમદા પ્રયત્ન અત્યારની આવનારી યુવા પેઢી માટે એક નવું ઉદાહરણ બની શકે એવી આશા રાખું છું.

-નિખિલ શાહ

ફાઉન્ડર, વીનર્ચર ટૅકનોલોજીસ

લેખકની કલમે...

બાળપણથી જ ગુજરાતી ભાષા અને સાહિત્ય પ્રત્યે ખાસો લગાવ હતો. એમાં લખવાનું અને વાંચવાનું પોતીકું લાગતું. ગુજરાતી નોવેલ્સ તો ઘણી વાર એકી બેઠકે વાંચી નાખતો. શાળાના સમયથી જ કંઈક લખું એવી ઇચ્છા થતી હતી, પરંતુ અમલમાં નહોતું આવી શક્યું.

"ઝિંદગી ના મિલેગી દોબારા"માં ફરહાન અખ્તરને પોતાના માટે લખતો જોઈ આખરે મારી વર્ષોથી અધૂરી રહેલી ઇચ્છા જાગ્રત થઈ. કંઈ પણ લખવા માટે કોઈ પ્રેરણાસ્રોત પણ જોઈએ, જોગાનુજોગ એ પણ સમય પર હાજર હતો. કવિતા અને શાયરી જેવું લખવાનું શરૂ કર્યું. મારી લાગણીઓ, થયેલા અનુભવો અને મારી કલ્પના બધાંનું સંમિશ્રણ કવિતાઓમાં જોવા મળશે. મિત્રો તરફથી મળતું પ્રોત્સાહન જોઈ મારો ઉત્સાહ પણ વધ્યો.

૧૫-૨૦ કવિતા થઈ ત્યારે ફેસબુક પેજ મારે બનાવવું જોઈએ એવું સજેશન મળ્યું, "મારી નજરે" નામનું પેજ બનાવ્યું. આ પેજ બનાવવા અને મને સતત પ્રોત્સાહિત કરવા વત્સલ શાહ, મીત ડાભી, આકાશ ભામ્રે, નીરવ પારેખ, મોનીલ ખત્રી, ક્ષિતિજ શાહ, કૃતાર્થ ઝાલા બધાનો ખાસ આભારી છું. મમ્મી અને પપ્પા તેમજ ભાઈએ પણ હંમેશાં સકારાત્મક રિસ્પોન્સ આપ્યો છે અને સારું લખવા પ્રેરિત કર્યો છે. કૉલેજના ત્રીજા વર્ષમાં લગભગ ૬ મહિનાના ગાળામાં ૬૦ જેટલી કવિતાઓ લખી નાખી. આજે આ પેજ પર ૧૦૦૦ થી પણ વધારે લાઇક્સ છે. કૉલેજ પત્યા પછી જોબમાં લાગી ગયો. પોતાના માટે અપાતો સમય નહીંવત્ થઈ ગયો તો બીજું કંઈ લખવાનું કે કરવાની વાત જ ક્યાં આવે? બે-ત્રણ વરસ ક્યાં નીકળી ગયાં એ ખબર જ ના પડી.

કવિતા લખ્યા પછી પણ કંઈક અધૂરું અધૂરું લાગતું હતું. હજુ બાકી છે કંઈક લખવાનું એવું થતું. વત્સલ સુરતવાલાનું કહેવું અને મારું પણ માનવું કે હું પણ એક ટ્રાય આપું ટૂંકી વાર્તાઓ લખવામાં. લખવાનું ચાલુ કર્યું ત્યાં એક પછી એક કરતાં પાંચ વાર્તાઓ ક્યારે લખાઈ ગઈ ખબર જ ના પડી. વાર્તાઓ શોધવા જવી પડતી નથી, આપણી આજુબાજુ અને અંદરથી જ મળી જાય છે.

માનલ, સ્તુતિ અને ઐશ્વર્યાએ વાર્તાઓ અને કવિતાઓ વાંચી રિવ્યુ આપ્યા છે અને વધુ સારું બનાવી શકાય એ માટેના જરૂરી ફેરફારો પણ સૂચવ્યા છે. માનલનો સૌથી મોટો ફાળો તો પેન્સિલ સ્કેચિસ થકી છે. મારી શરૂઆતથી જ ઈચ્છા હતી કે દરેક કૃતિ જોડે માનલનો પેન્સિલ સ્કેચ હોય અને એ એણે ખૂબ જ ટૂંકા સમયગાળામાં સરસ રીતે બધા સ્કેચિસ બનાવી આપીને પૂરી કરી છે. દરેક કવિતા અને વાર્તાને સંબધિત સ્કેચ કૃતિને વધુ જીવંત બનાવે છે. મારી કવિતાઓ અને વાર્તાઓને પુસ્તકમાં પરિવર્તિત કરવા પાછળ ઐશ્વર્યા અને વત્સલ સુરતવાલાનો ખૂબ મોટો ફાળો રહ્યો છે.

-પાર્થ શાહ

અનુક્રમણિકા

૧. મારી નજરે

જરા આંખ ખોલો તો બતાવું આ દુનિયા
"મારી નજરે"...
સંસારમાં અત્યાર સુધી ના વિચારેલું,
ના અનુભવેલું બતાવું "મારી નજરે"...
વિશ્વનો બીજો ચહેરો બતાવું "મારી નજરે"...
વિચારેલા જગતની ઝલક બતાવું "મારી નજરે"...
આ ફક્ત કવિતાઓ કે શાયરીઓ નથી,
પણ છે લાગણીઓ "મારી નજરે"...
કોઈકે બનાવી દીધો કવિ,
પણ છું એન્જિનિયર "તારી નજરે"...

૨. સુવાસ

ડાયરીનાં પાનાંમાં રહેલી તું,
ફરી મારામાં જીવિત થઈ ગઈ...
નામથી ખોળતો હતો તને...
પણ તારી સુવાસ આવીને ઠેકાણું આપી ગઈ...

૩. મદહોશી

તારાં નયનોનું અમૃત પી રહ્યો..
તેનો નશો ચડી રહ્યો...
ડાયરીનું નવું પાનું લખી રહ્યો...
તારા નામનું મથાળું મારી રહ્યો...
તારા સપનામાં ડૂબી રહ્યો...
આંખ ખૂલી તો પોતાને તારા ખોળામાં પામી રહ્યો..

૪. કાશ...

આંખોની ગહેરાઈને માપી શક્યો હોત...
દિલના દરિયાપણાને દેખી શક્યો હોત...
મનના વિચારોને સમજી શક્યો હોત...
કાશ.. દિલોની જુદાઈને ટાળી શક્યો હોત...

મારી નજરે

૫. ઇચ્છા

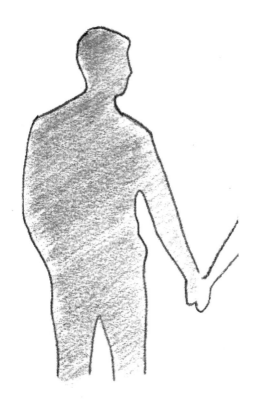

હાસ્યની છોળો છલકાતી રહી...
મીઠાં શમણાંની યાદો જડાતી રહી...
પણ એ સમયને જતાં વાર ન લાગી ...
એમાં જીવવાની ઇચ્છા એક મહેચ્છા જ રહી ગઈ!!!...

૬. યાદ કરતો રહ્યો તને...

નાની નાની આદતોમાં...
આવેલા ફેરફારોમાં...
દરેક વસ્તુની પસંદગીમાં...
દરરોજના ખાવાપીવામાં...
સવાલોના આપેલા જવાબોમાં...
કાનમાં ગુંજતા તારા અવાજમાં...
હેરાન કરવામાં ને પછી ખુશ કરવામાં તેં કરેલાં
નાટકોમાં...
મારામાં જન્માવેલા એક અલગ ભરોસામાં...
દિલમાં તેં જગાવેલા પ્રેમમાં...
આખરે મારા રોમે રોમમાં...

૭. આદત

ફરી એક વાર સૂરજ ઊગીને આથમી ગયો. અવિનાશની પરિસ્થિતિમાં કોઈ ફરક પડ્યો નહોતો. બધી જ વસ્તુ રોજ મુજબની જ થઈ. સવારે વહેલા ઊઠીને ચાલવા જવાનું...ત્યાર બાદ પાછા આવીને નહાવા માટે પાણી ગરમ મૂકવાનું, પાણી ગરમ થાય ત્યાં સુધી ચા બનાવીને ચા-નાસ્તો કરી લેવાનાં અને સાથે છાપું પણ વાંચી લેવાનું જેથી આજની દુનિયાથી તમે પોતાની જાતને અપડેટ રાખી શકો. નાહી-ધોઈ પરવારીને તૈયાર થાઓ ત્યાં સુધીમાં કાર લેવા માટે આવી જાય. બૉસનું ઘર પણ પોતાના જ એરિયામાં હતું એટલે કારમાં પણ જોડે જવાનું થતું. કારમાં બેસતાંની સાથે જ કામની વાતો ચાલુ થઈ જાય. અને એ સાથે જ અવિનાશના મનમાં એક પ્રકારના અણગમાની લાગણી ઉત્પન્ન થાય.

ઑફિસમાં આઠ કલાક કામ કર્યા પછી જ્યારે એક નાનો સવાલ પણ કામ માટે પૂછવામાં આવે તો એને એવું લાગે કે "કોણ જાણે આ લોકોને કંઈ આવડતું જ નથી કે ખાલી ખાલી હેરાન કરવા માટે કરે છે ફોન??.." અને સવાર સવારમાં બૉસ બોલવાનું ચાલુ કરે ત્યારે મનમાં જે ગુસ્સો આવે એ તો પોતે બહાર વ્યક્ત પણ કરી શકતો નહોતો. ચુપચાપ સાંભળી લેવું પડે અને દર વાતમાં હા પુરાવવી જ પડે. છેલ્લા એક વર્ષથી આ જ ચાલતું હતું.

આજે ઑફિસમાં હાફ-યરલી રિવ્યુ મિટિંગ હતી. અવિનાશને હાયર મૅનેજમેન્ટની સામે પ્રેઝન્ટેશન આપવાનું હતું. છેલ્લાં બે અઠવાડિયાંથી પોતે મહેનત કરીને તૈયાર કરી રહ્યો હતો. મિટિંગ અગત્યની પણ હતી. ચાર કલાક ચાલેલી મિટિંગ પછી બધાએ અવિનાશના ખૂબ જ વખાણ કર્યા.

સાંજે પાછા વળતાં બૉસે પહેલી વાર કામ સિવાયની વાત કરી. અવિનાશને પણ નવાઈ લાગી.સાથે રાહત પણ થઈ. ઓફિસના કામથી રોજ પોતાના ઘેર આવવાની રાહ જોતો, પણ આજે વાતો વાતોમાં ક્યાં ઘર આવી ગયું એની ખબર ના પડી. રોજ સાંજનું પણ અવિનાશનું રૂટીન આમ તો નક્કી જ હતું. રોજ સાંજે સાડા સાત વાગે ટિફિન આવી જતું એટલે જમી લેતો. જમ્યા પછી લેપટોપ ચાલુ કરીને બેસી જતો. મોટા ભાગે એક જ વસ્તુ ચાલતી હોય એ કે ઇંગ્લિશ સિરીઝ.

કૉલેજનાં ત્રણ વર્ષમાં જે આદત પડેલી હતી તેમાં હજુ સહેજ પણ ફેરફાર થયો નહોતો. અવિનાશને આજની મતલબી દુનિયા કરતાં એની ટીવી સિરિયલ્સની બનાવેલી દુનિયામાં વધારે મજા આવતી. એક વાત તો નક્કી હતી કે ટીવી સિરિયલ્સની દુનિયામાં કોઈ તેને ક્યારેય દુઃખ પહોંચાડી શકવાનું નહોતું. એવું નહોતું કે અવિનાશ વાસ્તવિકતામાં જીવવા નહોતો માંગતો, પણ એની સાથે બનેલી અમુક ઘટનાઓ પછી એનો વિશ્વાસ ડગમગી ગયો હતો. વર્ચ્યુઅલ દુનિયા જે એણે ટીવી કેરેક્ટર્સથી બનાવી હતી એ દુનિયામાં જ એને જીવવાનું ગમવા લાગ્યું હતું. તેને વકીલથી માંડીને ડૉક્ટર, પોલીસમેન, કોન આર્ટિસ્ટ, ન્યૂઝ એન્કર, એજન્ટ, સાયન્ટિસ્ટ બધાને પોતાની સિરિયલ્સમાં શોધી લીધા હતાં.

પ્રિઝન બ્રેકનો માઇકલ સ્કોફિલ્ડ, બ્રેકિંગ બેડનો વોલ્ટર વ્હાઇટ, ૨૪નો જૅક બોઅર, હાઉસ એમ.ડી.નો ડૉ.ગ્રેગરી હાઉસ, વૉકિંગ ડેડનો રીક ગ્રાઇમ્સ, સ્યૂટસનો હાર્વી સ્પેકટર, ન્યૂઝરૂમનો વિલ મેકોય, મેન્ટાલિસ્ટનો પેટ્રિક જેન, વ્હાઇટ કૉલરનો નીલ કેફ્રી, શેરલોકનો શેરલોક

હોમ્સ, બેટર કૉલ સોલનો સોલ ગુડમેન, બિગ બૅંગ થીયરીનો શેલ્ડન કૂપર, એરોનો ઓલિવર ક્વીન, બ્લૅકલિસ્ટનો રેયમેન્ડ રેડિંગટન, ઓરિજિનલ્સનો ક્લાઉસ માઇકલસન, હાઉસ ઑફ કાર્ડ્સનો ફ્રાન્સિસ અન્ડરવુડ, નાર્કોસનો પાબ્લો એસ્કોબાર બધા એના જીવનના પાત્રો બની ગયા હતા. આ સિવાય હોમલેન્ડ, ફાર્ગો, હેનિબલ, ફ્રિન્જ, રિવેન્જ, સિલિકોન વેલી તેમજ માર્વેલની જેસિકા જોન્સ, એજન્ટ કાર્ટર, ડેરડેવિલ બધી જ એ જોતો હતો. આમાં બેન્ચમાર્ક જેવી 'ગેમ ઑફ થ્રોન્સ' અને 'ફ્રેન્ડસ' ને ક્યાંથી ભુલાય...

અવિનાશ સ્વભાવે એકદમ સરળ હતો. પોતાના કામથી કામ રાખતો. રંગે ઘઉંવર્ણો હતો. એની હાઇટ સારી એવી હતી પણ ઊંચાઈ અનુસાર વજન નહોતું તેથી આખરે તો તાડના ઝાડ જેવો જ લાગતો હતો. બીજા દિવસે અવિનાશ ઑફિસમાં મેઇલ્સ ચેક કરતો હતો ત્યારે જ એક મેઇલ આવ્યો. શિવાની પરીખના મેઇલ એકાઉન્ટથી. શિવાનીનું નામ વાંચીને જ અવિનાશ ભૂતકાળમાં સરી પડ્યો હતો. મેઇલનું શીર્ષક “માફીપત્ર” પણ એણે જોયું ન હતું.

4 વર્ષ પહેલાંનો કૅન્ટીનનો એ દિવસ. શિવાની એની ફ્રેન્ડઝ સાથે એક ટેબલ પર બેઠી હતી. એકદમ જ અવિનાશ આવે છે અને હાથમાં ગુલાબ લઈને શિવાની જોડે જાય છે અને એકદમ ફિલ્મી ઢબે લાગે એવી રીતે પ્રપોઝ કરે છે અને એનાથી પણ વધારે ફિલ્મી ઢબે તો શિવાની તરત જ ઊભી થઈને લાફો મારવા હાથ ઉગામે છે.

બી.કૉમ.નું પ્રથમ વર્ષ ચાલતું હતું. હજુ માંડ સાત મહિના પૂરા થયા હતાં. આ સાત મહિનામાં અવિનાશ માટે

એવું થઈ ગયું હતું કે અવિનાશ પ્રપોઝ કરવા મજબૂર થયો હતો. કૉલેજની ફ્રેશર્સ પાર્ટીમાં જ્યારે પહેલી વાર શિવાનીને જોઈ તો એ ધબકારો ચૂકી ગયો હતો. પરફેક્ટ ફિગર, રૂપાળો વાન, આકર્ષક વ્યક્તિત્વ બધાંનું સંતૃપ્ત મિશ્રણ એટલે શિવાની. એને જોતાં જ અહેસાસ થયો કે આવી છોકરી એણે પહેલી વાર જોઈ. એ દિવસે તો શિવાની રેડ કલરનું વન પીસ પહેરીને આવી હતી. પાર્ટીમાં બધાંથી અલગ તરી આવતી હતી. શિવાની એટલી જ ચાલાક હતી જેટલો અવિનાશ સીધો હતો.

બસ ત્યાર પછી અવિનાશનું કૉલેજમાં એક જ રૂટીન. શિવાની જ્યાં જાય ત્યાં જવાનું, એ જે લેક્ચર ભરે તે ભરવાનાં. આખો વખત એને જોયા જ કરવાનું. એક-બે વાર ભણવાની બાબતમાં શિવાની સાથે વાત પણ થઈ હતી. કોયલના ટહુકા જેવો મીઠો અવાજ સાંભળવા અવિનાશ તત્પર રહેતો. દિવસે રૂબરૂમાં જોતો અને રાત્રે સપનામાં જોતો અને જોઈને ધરાતો ના હોય એવી હાલત હતી. મિત્રો પણ રોજ કહેતા હતાં: એક વાર તો એને પૂછી જો! હા પાડી જ દેશે ફટાક દઈને. હજુ લાફો મારવા જાય એ પહેલાં જ અવિનાશ એનો હાથ પકડીને રોકી લે છે. બધા લોકો ચાલી રહેલા તમાશાને જોઈને આનંદ લઇ રહ્યા હતાં.

અવિનાશ (શિવાનીનો પકડેલો હાથ છોડીને) : "મૅડમ, જે વસ્તુનો જવાબ જીભથી બોલીને અપાતો હોય તેમાં હાથનો ઉપયોગ કરવાની ક્યાં જરૂર??"

શિવાની પણ કંઈ ઓછી નહોતી. ફિરકી લેવાનું તરત જ ચાલુ કરી દીધું.

શિવાની : "તારા જેવા લોકો બોલવાની ભાષા સરળતાથી

સમજતા નથી એટલે જ મારે હાથને તકલીફ આપવી પડી! બાય ધ વે, શું સમજે છે પોતાની જાતને ? મન થયું ને ગુલાબ લઈને આવી ગયો કંઈ પણ વિચાર્યા વગર..

મા-બાપે કોઈ સંસ્કાર આપ્યા છે તને ?? છેલ્લા ચાર-પાંચ મહિનાથી જોઉં છું. બધા જ શિક્ષકોના લેક્ચર દરમ્યાન મને ટગર ટગર તાકતો જ રહેતો હોય છે.

હું કંઈ બીજી છોકરીઓ જેવી નાદાન નથી કે ફટ દઈને તારી માંગણી સ્વીકારીને તારી ગર્લફ્રેન્ડ બની જાઉં. ખાલી ટાઇમ પાસ કરવો મને નથી ગમતો.

મને આવા બધામાં જરાય રસ નથી. બીજી વાર મારી સામે તાકીને જોયું છે ને તો કૉલેજના ડિરેક્ટરને સીધી છેડખાનીની ફરિયાદ કરી દઈશ. મારી પરછાઈથી પણ દસ ફૂટ છેટો જ રહેજે."

અવિનાશની પણ સહન કરવાની હદ આવી ગઈ હતી. એણે પણ તરત જ કહી દીધું.

"મેં કંઈ ટાઇમપાસ કરવા માટે તને પ્રપોઝ નથી કર્યું. મારી તારા માટેની ફીલિંગ્સને એક્સપ્રેસ કરી છે. પણ તારો એટિટ્યૂડ જોઈને હું હવે તારી કે તારી પરછાઈની પાસે પણ નહિ આવું."

આખરે અવિનાશે પહેલી વાર કોઈના માટે જાગેલી લાગણીઓને દબાવીને આખરે ભુલાવી દીધી, પણ શિવાનીએ જે એનું ઇન્સલ્ટ કર્યું હતું એનું એને બહુ લાગી આવ્યું હતું. એણે પણ નક્કી કરી લીધું કે 'હવે આ બધી બાબતમાં વિચારીશ જ નહિ. જાતે મહેનત કરીને સી.એ. બનીને સારી જોબ પર લાગી જઈશ.'

સાહેબનો ફોન આવ્યો ત્યારે બહાર આવ્યો એનાં માઠાં શમણાંઓમાંથી. રોજનો રિપોર્ટ મોકલીને મેઇલ વાંચવા બેઠો.

"અવિનાશ,

પ્રિય કહેવાનો હક હું એ જ દિવસે ગુમાવી ચૂકી હતી. તું એ દિવસથી જેટલો પરેશાન હતો એટલી જ હું અંદરથી પરેશાન હતી. તું તો જાણે પછી તારી આજુબાજુની દુનિયાથી અલિપ્ત જ થઈ ગયો. તું તો મારી સામે જોતો ન હતો પણ સામે હું તારી સાથે નજર મિલાવવા સક્ષમ પણ નહોતી.

તને મેં જે કહ્યું એ પછી વિચાર્યું તો મને લાગ્યું હતું મેં સાવ ઊલટું જ કહી દીધું. સારી રીતે તારા પ્રસ્તાવને ના પડી શકી હોત, પણ તારા સ્વમાનને ઠેસ પહોંચાડી હતી અને એથી વધારે તો મેં તારાં મા-બાપ પર જે દોષ લગાડ્યો તે તદ્દન ખોટો હતો.

હું મારા વર્તન બદલ ખૂબ જ દિલગીર છું. ચાર વર્ષ પછી હું માફીને પણ લાયક નથી તોપણ માફી માગી રહી છું. મારાં વાક્બાણોથી તારા ઘવાયેલા દિલ પર મલમ લગાવવા હું તૈયાર છું. તું તારો વિચારવાનો સમય લેજે અને ઇચ્છા થાય ત્યારે મારી સાથે ફક્ત એક વાર વાત કરી લેજે.

તારા જવાબની રાહમાં..

શિવાની."

અવિનાશ માની નહોતો શકતો શિવાનીના માફીપત્રને. વળી શિવાનીને માફ કરવી તેને માટે આસાન

નહોતું. બે-ત્રણ દિવસ તો ઊંઘી નહોતો શક્યો એ. પછી ત્રણ દિવસની જૉબ પર રજા મૂકી નજીકના હિલ-સ્ટેશન પર જતો રહ્યો. પોતાની જાતનું, પોતાના જીવનનું એનાલિસિસ કર્યું. આખરે અઠવાડિયા પછી મેઇલમાંથી નંબર શોધી શિવાનીને ફોન લગાવ્યો. બે કલાક સુધી શિવાની નૉનસ્ટૉપ બોલતી રહી. અવિનાશને બોલવાનો જ્યારે મોકો મળ્યો ત્યારે ફક્ત એટલું જ કહ્યું, “શિવાની, હું તને માફ કરું છું.”

શિવાનીએ બે કલાકમાં છેલ્લાં ચાર વર્ષનું ટૂંકાણમાં વર્ણન કર્યું હતું. અવિનાશ ભલે પોતાના જીવનમાં પોતાની કરિયર માટે મથેલો હતો. સામેની બાજુ શિવાની તો... અવિનાશમાં જ મથેલી હતી. અવિનાશની એ-ટુ-ઝેડ બધી વાતો શિવાનીને ખબર હતી.

પછી તો અવિનાશનું રૂટીન બદલાઈ ગયું અને રોજ સાંજે આવ્યા પછી શિવાની સાથે વાત કરવાનું નક્કી જ હોય. શરૂઆતનાં બે અઠવાડિયાં તો ફક્ત એણે શિવાનીને સાંભળ્યા જ કર્યું છે. શિવાની પહેલાં પોતાના વિચાર રજૂ કરતી. પછી અવિનાશ કંઈ કહે એ પહેલાં એ શું વિચારતો હશે એ પણ એ જ કહી દેતી. અવિનાશને એ સાંભળ્યા પછી એવું લાગ્યું કે પોતાના કરતાં શિવાની એને વધારે સારી રીતે સમજી શકે છે. એ સાથે જ એનો ઊઠી ગયેલો વિશ્વાસ પાછો આવી ગયો.

અવિનાશે આ પહેલાં કોઈ છોકરી સાથે આટલી બધી વાત કરી નહોતી. બંને એક જ શહેરમાં રહેતાં હતાં તેથી મુલાકાતોની પણ શરૂઆત થઈ ગઈ. દર વીકએન્ડમાં શહેરમાં ખુલેલા નવા કાફેસમાં જવાની અને સાથે સમય વિતાવવાનો આનંદ બંને મજાથી લૂંટતાં.

પોતાની બનાવેલી વર્ચુઅલ દુનિયામાંથી અવિનાશ બહાર આવતો ગયો ને શિવાનીમય થતો ગયો. બંનેને ખબર હતી કે એકબીજા સાથેનો સંબંધ મૈત્રી કરતાં તો વધારે જ છે. પણ કોણ પ્રસ્તાવ મૂકે એની જ રાહ જોવાતી હતી. અવિનાશને એટલું તો ખબર હતી કે આ વખતે શિવાની ના નહિ પાડે. પણ આ વખતે એ ઉતાવળ કરવા માંગતો નહોતો. સમય આપીને સંબંધની કડી મજબૂત બનાનાવા માંગતો હતો. સમયની સાથે અવિનાશે હવે બંને વચ્ચેના પ્રેમના અહેસાસને વિશ્વાસમાં બદલ્યો હતો. બંને પોતાના વિચારો ખુલ્લા મને એકબીજા સમક્ષ રજૂ કરતાં. આખરે અવિનાશને પોતાનું ખોવાયેલું અર્થાત્ બાકીનો અડધો ભાગ મળી ગયો હોય એવું લાગ્યું.

એક દિવસ અચાનક જ રિવરફ્રન્ટ તરફ જતી મોટરસાઇકલને અવિનાશે કૉલેજ તરફ વાળી લીધી. પાછળ બેઠેલી શિવાનીએ પણ પૂછ્યું કે "શું થયું ?" કંઈ બોલ્યા વિના અવિનાશ એને સીધો કૉલેજની કૅન્ટીન પર લઈ ગયો. આજે અવિનાશ ચાર વર્ષ પહેલાં કરતાં પણ વધારે અધીરો બન્યો હતો. અવિનાશે આખરે કહી દીધું, “હું તને મારી આદત બનાવવા તૈયાર છું.” એ સાથે જ શિવાનીની ચાર વર્ષની વણથંભી રાહનો અંત આવ્યો. આ જ તારીખે ચાર વર્ષ પહેલાં શિવાનીએ જે પ્રસ્તાવ ઠુકરાવ્યો તો એ જ ટેબલ પર આજે અવિનાશે એ જ સ્ટાઇલે એ જ પ્રસ્તાવ ફરીથી મૂક્યો ત્યારે શિવાની પોતાનાં આંસુ રોકી ના શકી અને એ તરત જ અવિનાશને જઈને વળગી પડી. નક્કી કરવું મુશ્કેલ હતું કે એ આંસુ ચાર વર્ષ પહેલાંની ભૂલના પસ્તાવાનાં હતાં કે આજની ખુશીનાં હતાં!!

૮. શોધી રહ્યો છું..

મારી નજરે   ૧૯

શોધી રહ્યો છું...
જીવનનું હાસ્ય...
અંધકારમાં ભગવાન...
દોસ્તીમાં માનવતા...
સંબંધમાં સત્ય...
સુખમાં રહસ્ય...
વચનમાં પ્રેમ...
મુખ પર સંતોષ...
માનવીમાં લાગણી...
મંદિરમાં ઉજાસ...
આખરે...
મારામાં હું મને શોધી રહ્યો છું...

૯. બદલાવ

બદલાવા ગયો પણ ના બદલાયો...
સમુદ્રનાં મોજાંની જેમ ઊછળીને શાંત પડી ગયો...
કારણ તું બદલાવ સામે અરીસો લઇને ઊભી રહી...
સમુદ્રનાં મોજાંની સામે ચટ્ટાન બનીને ઊભી રહી...

૧૦. છાપ

જીવનમાં બુક્સના બદલે વાંચી રહ્યો તને...
તને વાંચવામાં શોધી રહ્યો મને...
એ વાંચવામાં અમુક કોરા કાગળ પર મારી નજર પડી...
ધ્યાનથી જોયું તો તેમાં આપણાં પગલાંની છાપ મળી...

૧૧. પરછાઈ

તારા ગયા પછી તારા શબ્દો યાદ કરતો રહ્યો...
દરેક બીજા ચહેરામાં તારો ચહેરો શોધતો રહ્યો...
તું તો ના મળી પણ તારી પરછાઈ મળી ગઈ...
એમાં જ મારી બાકીની જિંદગી નીકળી ગઈ...

૧૨. સંવેદના

સંવેદના...
એ જ પ્રાર્થના કે ના આપ માત્ર વેદના...
કે એના ભારમાં ભૂલું સંવેદના...
જગાવ આતમને અનુભવવા એ ચેતના..
સંવેદના..સંવેદના...
બસ એક જ ઝંખના..
દરેક હૃદયમાં પ્રસરે એ ભાવના...
સંવેદના..સંવેદના...

૧૩. કોઈ આપણું લાગે છે...

મારી નજરે

દિલમાં સાત સૂરોની રમઝટ ખેલાય...
વાત કર્યા વિના દિવસ અધૂરો લાગે...
સાથે રહેવામાં કંઈક અનોખો અહેસાસ થાય...
અંગત વાતો કરવાની ઇચ્છા થાય...
આંખ મીંચીને ભરોસો કરવા દિલ માંગે...
સાથે જીવન ગુજારવાનો કલેજામાં વિચાર આવે...
વિચારોમાં આખી રાત વીતી જાય...
એના માટે આખી દુનિયા સામે લડી લેવા મન કહે...
દુકાળ હોવા છતાં બારેમાસ વરસાદ અનુભવાય...
ત્યારે કોઈ આપણું લાગે છે...

૧૪. દુનિયા

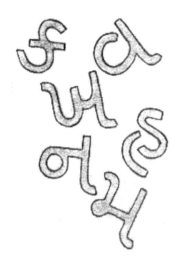

નવો શબ્દ બનાવ્યો, કરી ફેરબદલી અક્ષરોની...
નવી દુનિયા બનાવી, રચી માયાજાળથી શબ્દોની...
પડી ન ખબર આ કરવામાં ગયો ક્યાં બદલાઈ...
મારી જ બનાવેલી દુનિયામાં રહી ગયો અટવાઈ...

૧૫. મૃત્યુ

સૂરજનાં કિરણો હજુ ધરતી પર પડે એ પહેલાં જ અખિલેશની પહેલા સવાર પડી ગઈ હતી. પણ એના માટે તો હવે રૂટીન થઈ ગયું હતું. નવી કંપનીમાં ટ્રેનિંગ ચાલતી હતી. રોજ કંઈક નવું શીખવાનું. કાં તો રોજ કંઈ નવું જોવા જવાનું. કામનું ભારણ નહિ એટલે શાંતિ. ટ્રેનિંગ ચાલુ થયાને કલાકમાં ફોન આવ્યો. સામેથી મમ્મીનો અવાજ સાંભળ્યો. અવાજ ભારે લાગ્યો. સાથે જ કંઈ અજુગતું થયું હોવાની આશંકા પણ ગઈ.

મમ્મી : "બેટા, જેટલું બને એટલું જલ્દી ઘરે આવી જા. તારા નાના નથી રહ્યા હવે..."

આ સાંભળીને અખિલેશ શ્વાસ લેવાનું ચૂકી ગયો. થોડી વાર તો શું બોલવું એની કંઈ ખબર ના પડી. આખરે એણે કહ્યું, "સારું મમ્મી. જે વહેલી બસ મળશે એમાં જ બેસીને આવી જાઉં છું."

બેગ ભરીને બસમાં બેઠો. બસ ચાલુ થઈ. ત્યાં સુધી તો એણે આંસુ આંખમાં જ રોકી રાખ્યાં હતાં. મનમાં નક્કી કર્યું કે હવે મોટો થઈ ગયો છે તેથી રડશે નહિ. પણ મગજ તો ત્યાં જ હતું. જૂની યાદો એની નજર સામે આવવા લાગી.

સૌથી પહેલાં તો પરિવારમાં એ સૌથી પહેલો છોકરો. એટલે બધાંએ ખૂબ જ લાડ-પ્યારથી ઉછેરેલો. નાના જોડે પોતાના દાદા કરતાં પણ વધારે રહ્યો હશે. બધાં વેકેશનમાં એમને ત્યાં રહેવાનું તો નક્કી જ હોય. ૨-૩ વર્ષનો હશે ત્યારથી નાના એને એમની સાઇકલ પર ફરવા લઈ જતા એ પણ કોઈને કહ્યા વગર. નાનાને ત્યાં બધી છૂટ મળે. કોઈ ટોકનાર નહિ. ઘરના ટીવીમાં ચેનલ નહિ એટલે નાના ઘરે જાય ત્યારે આખો દિવસ ટીવી જોવાનું તો નક્કી જ હોય.

નાના સવારે ગાર્ડનમાં લઈ જતા અને ત્યાં ક્રિકેટ રમાડતા. બપોરે પત્તાં ટીચવાનાં. નાસ્તા અને અથાણાં તો અખિલેશને નાનીના હાથનાં જ ભાવતાં. એમના હાથમાં શું જાદુ હતો એ તો ભગવાન જ જાણે. મમ્મીને દર વખતે કહેતો કે, "બા જેવું તો તારાથી બનતું જ નથી."

નાનાને પણ અખિલેશ સૌથી પ્રિય. એમના પૌત્ર કરતાં પણ વધારે ગમતો. રહેવા આવ્યો હોય ત્યારે એની બધી વસ્તુનું ધ્યાન પોતે રાખે. પાણીના ગ્લાસ લેવા પણ અખિલેશ ભાગ્યે જ ગયો હશે જાતે. ધાબા પર સૂઈ જવાનું. આકાશમાં તારા જોતાં પણ અહીં જ શીખ્યો હતો. ખુલ્લા આકાશ નીચે આવતી મસ્ત ઊંઘ એ અત્યારે પણ મિસ કરતો હતો. સૌથી વધારે મિસ કરતો હતો નાનાના હાથનું બોર્નવિટાનું ડબલ ખાંડવાળું દૂધ. દર ઉત્તરાયણ પણ અહીં જ કરતો હતો. પતંગ ચગાવવાનું પણ નાનાએ જ શિખવાડ્યું હતું.

આ બધું યાદ આવતાંની સાથે જ આંખમાં આંસુ આવી ગયાં. બારમાં ધોરણ સુધી તો દર ૧૫ દિવસે નાનાને મળવા જતો હતો અને દર અઠવાડિયે ફોન તો અચૂક કરી લેતો. કૉલેજમાં એડમીશન અમદાવાદ બહાર મળ્યું હતું તોપણ જ્યારે આવે ત્યારે ચોક્કસ એક વાર નાનાને મળી આવતો. આ બધું યાદ કરવામાં બે કલાક ક્યાં જતા રહ્યા એ ખબર પણ ના પડી. અમદાવાદનું ટોલનાકું આવી ગયું હતું. બસમાંથી બહાર નજર કરી ત્યારે અહેસાસ થયો.

શબને સ્મશાને લઈ જવા માટે ફક્ત અખિલેશની જ રાહ જોવાઈ રહી હતી બાકીના પરિવારજનો તો પહોંચી ગયા હતાં. અખિલેશ ઘરે પહોંચ્યો અને જે દૃશ્ય જોયું એ જોઇને એને દસમાં ધોરણની બોર્ડની પરીક્ષાનો આગલો દિવસ યાદ આવી ગયો. આવી જ પરિસ્થિતિ હતી... ફક્ત ફરક એટલો જ હતો કે શબ એના દાદાનું હતું. એ દિવસે

એને પાંચ મિનિટ માટે જ બોલાવવામાં આવ્યો હતો અને પરીક્ષા હોવાને લીધે મિત્રને ત્યાં મોકલી દેવામાં આવ્યો હતો. બીજા દિવસે દાદાના બેસણામાં પણ પાંચ મિનિટ આવીને જતું રહેવું પડ્યું હતું.

આજે એવું થવાનું નહોતું. એણે આખી વિધિમાં રહેવાનું હતું. નાકમાં રૂનાં પૂમડાં ભરાવેલું અને ફૂલોનો હાર પહેરાવેલું ઠાઠડી પર બાંધેલું નાનાનું શરીર જોઈ તે પોતાને સાચવી ના શક્યો. નાની અને મમ્મી સામે જ બેઠેલાં...રડી રહ્યાં હતાં. ત્યાં જ ઢગલો થઈને અખિલેશ ધ્રુસકે ધ્રુસકે રડવા લાગ્યો. વિશ્વાસ નહોતો થતો કે એના નાના દુનિયામાં જીવિત નથી રહ્યા. પપ્પા અને મામાએ એને ટેકો આપી ઊભો કર્યો.

આમ તો નાનાની તબિયત એકદમ સારી હતી. ગયા અઠવાડિયે જ એ મળવા ગયો હતો અને સાથે બેસીને વાતો પણ કરી હતી. ૮૫ વર્ષના થયા તોપણ લાકડીના ટેકા વગર ચાલતા હતાં અને રોજ સવારે ૪ માળ ઊતરી મંદિરે દર્શન કરવા જતા. આજે પણ સવારે એ દરરોજ કરતાં વહેલાં ઊઠીને મંદિરે જઈ આવ્યા હતાં, રોજ એકલા નાસ્તો કરતાં પણ આજે નાનીને જોડે બેસાડીને નાસ્તો પણ કર્યો હતો. જાણે કે એમને અંદરથી ખબર પડી હતી પોતાના અંતિમ સમયની. મંદિરેથી આવ્યા પછી એ રૂમમાં ગયા અને થોડી વારે બહાર ના આવ્યા એટલે નાની જોવા ગયા ત્યારે તે જમીન પર પડેલા હતાં અને શરીરમાંથી જીવ નીકળી ગયો હતો.

અખિલેશ, એના મામા અને પપ્પા બધા ભેગા થઈને ઠાઠડીને ઊંચકીને સ્મશાનગૃહ તરફ લઈ જવા આગળ વધ્યા. અત્યાર સુધી અખિલેશને કોઈ પણ સ્મશાનગૃહમાં લઈ જવામાં આવ્યો નહોતો. દર વખતે નાના બાળક તરીકે ગણી ના પડી દેવામાં આવતી. પણ આજે એ ત્યાં જવાનો હતો અને એને જે અનુભવ થવાનો

હતો એને એ જીવનભર ભૂલી શકવાનો નહોતો.

કેટલાક પ્રશ્નો એને ગૂંચવી રહ્યા હતાં. વિધિની વિચિત્રતા તો જુઓ...માણસ જીવતો હોય ત્યારે એનું એક અલગ નામ હોય છે અને મરી જાય પછી બેનામ મડદું બની જાય છે. દુનિયાની આ કેવી માયાજાળ છે! જન્મે અને મરણ પામે એ વચ્ચે માણસ જાણતાં-અજાણતાં એટલા બધા સંબંધો બનાવી દે છે એની જાણ તો બીજાને એની ગેરહાજરીમાં જ થાય છે. કટાક્ષમાં કહ્યું છે ને કે, માણસ જીવતેજીવ જેટલા લોકોને ભેગા નથી કરી શકતો એટલાને પોતાના મૃત્યુથી કરી દે છે.

જે લોકો માણસ હયાત હોય ત્યારે એને મળવા પણ ના આવતા હોય તેઓએ માણસ મૃત્યુશૈયા પર હોય ત્યારે નામ પૂરતી હાજરી ભરાવવા શું કામ આવતા હશે???? ઈશ્વરની સામે માણસ પોતે કંઈ જ નથી એવો અનુભવ આ સમયે જ થાય છે. કોઈ માણસ ઉપરવાળાએ નક્કી કરેલા સમયથી એક ક્ષણ પણ વધારે જીવી શકતો નથી... ભલે ગમે તે ટેક્નૉલોજીનું નિર્માણ કરી લે.

હવે નાનાના શબને અગ્નિદાહ આપવાનો સમય આવી ગયો હતો. જોવા જાવ તો અખિલેશ ખાલી શરીરથી જ ત્યાં હતો, મનમાં તો એવા વિચારો આવી રહ્યા હતાં કે માણસના મૃત્યુ પર પણ લોકોએ આ કેવો ધંધો બનાવી દીધો છે?! મરી ગયેલા માણસને વેન્ટિલેટર રાખી ડોક્ટરો ૨-૩ દિવસના હજારો રૂપિયા ખંખેરી લે છે, એ વળી ઓછું હોય એમ શબને પણ લઈ જવા પહેલાં હૉસ્પિટલોનું પેમેન્ટ કરવું પડે છે. સૌથી વિચિત્ર તો એને એ લાગ્યું કે માણસના શરીરને પણ અગ્નિ આપતાં પહેલાં ઘી ચોપડવામાં આવે છે! અને હવે તો ઇલેક્ટ્રિક સ્મશાનગૃહ બની ગયાં! પણ પહેલાં જ્યારે લાકડાં પર જ અગ્નિદાહ અપાતો ત્યારે એની ખોપડીને તોડવામાં આવતી!

સ્મશાનગૃહમાં આ બધું પ્રથમ વાર એ જોઈ રહ્યો હતો. જીવ વિનાના માણસના શરીરની કંઈ જ કિંમત નથી એ એને સમજાઈ રહ્યું હતું. ઇલેક્ટ્રિક સ્મશાનગૃહમાં શબ આખું બળી જાય એના માટે પણ પોણો કલાક જેવો સમય લાગ્યો એ એને આકરો લાગી રહ્યો હતો. એને નહોતું રહેવું આ અજીબ વાતાવરણમાં. ભલે અંદરથી માણસ ગમે તેટલો મજબૂત હોય પણ આ દૃશ્ય જોઈને તો પીગળી જ જતો હોય છે. ભગવાન પણ માણસના જીવ સાથે સ્વિચ ઑન-ઑફ જેવી જ રમત રમે છે. જેમ સ્વિચ પાડીને કરંટ પસાર થાય એમ જ ઉપરવાળો પણ એમ જ શરીરમાં આત્મા રૂપે સ્વિચ ચાલુ કરીને જીવ આપે છે અને બંધ કરીને ફટાક કરતો લઈ પણ લે છે.

આખરે ડૂબતા સૂરજ સાથે અખિલેશ આજે એક ડૂબતા યુગને પણ અનુભવી રહ્યો.

૧૬. જીત

કોઈનું દિલ જીતવા મથ્યો...
કરોળિયાની જેમ હર વખત પછડાયો...
આ રમતમાં હારવાની પણ મજા આવી...
દરેક હાર બાદ જીત એક કદમ પાસે આવી...

૧૭. વિચાર

ખુલ્લા આકાશ નીચે બેસીને મારા હોવાના અસ્તિત્વનો...
જીવનમાં મેં અત્યાર સુધી શું કર્યું ને શું ના કર્યાનો...
દૂર ક્ષિતિજને જોઈને મારા જીવનના ભવિષ્યનો...
સૂરજનાં કિરણોને જોઈને નિષ્ફળ જીવનને સફળ
કરવાની નવી દિશાઓનો...
કોક વાર રોજિંદા જીવનથી કંટાળીને કંઈક નવું
કરવાનો...
સામે રમતાં નાનાં ભૂલકાંઓને જોઈને બાળપણનો...
બગીચામાં કોઈક ખૂણે બેઠેલાં પ્રેમીપંખીડાંને જોઈને
પ્રેમિકાનો...
ક્યારેક બાળકની જરૂરિયાતો પૂરી કરવામાં જીવન
નિચોવી નાખતાં માબાપનો...
રસ્તા પર કોઈનો હાથ પકડીને ચાલતાં દાદાદાદીને
જોઈને જીવનના ઘડપણનો...
આંખો બંધ કરી મગજ શાંત કરવા શાંત દરિયાની
લહેરોનો...
જીવનમાં દરેક પળે જાણતાં-અજાણતાં કોઈનો, કોઈ
વસ્તુનો...

૧૮. જીવન

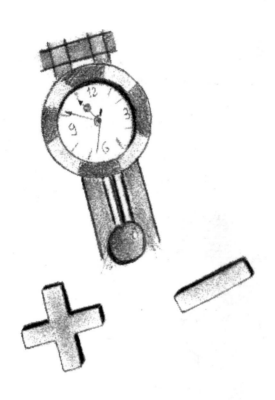

જીવન છે ફક્ત સમયનું ગણિત ???...
પળપળનો સરવાળો ??...
સુખનો ગુણાકાર ને દુઃખનો ભાગાકાર??...
કે પછી, હર ક્ષણનો રોમાંચ...આવનારી ઘડીનું આશ્ચર્ય...
ને અતીતની યાદો..!!

૧૯. ભેદ

દરેકની પોતાની જિંદગી...
ને એની અનોખી વાત...
જેટલો એનો વિચાર...
તેટલો વધુ ગૂંચવાટ...
વાસ્તવિકતા ને અપેક્ષા વચ્ચે વધી રહ્યો ભેદ!!
વીતેલી વાતનો શા માટે કરું ખેદ??
બાકી રહેલા જીવનને કેમ બનાવું નિચ્છેદ??

૨૦. ચાહત

મારી નજરે

નાજુક ગુલાબી હોઠો દ્વારા બનતા નિર્મળ હાસ્ય
બનવાની...
નમણી પાણીદાર હરણી જેવી આંખોની ખૂબસૂરતી
જોવાની...
સૂર્યના તાપની સામે ચંદ્રની ચાંદની જેવો ઝગમગતો
ચહેરો જોવાની...
હવાના રૂખની સાથે ઊડતી ને વારંવાર મુખ પર આવી
જતી લટો બનવાની...
સવારે બાગમાંથી ફૂલ ચૂંટતા સુંવાળા હાથનો સ્પર્શ
પામવાની...
પ્રાર્થનામાં એના કંઠનો મધુર સ્વર સાંભળવાની...
પળેપળની દરેક હરકત જોઈને ખુશ થવાની...
પહેલી નજરમાં એને જોઈને થઈ ગયેલા પ્રેમ
બનવાની...
કેટલાય સમયથી દિલમાં રહેલી વાતનો દિલ આખરે
ઇઝહાર કરવાની...
આજુબાજુની દુનિયા ભૂલી જઈ ગમે તે પરિસ્થિતિમાં
અધૂરી રહી ગયેલી એ વાત પૂરી કરવાની....

૨૧. ન રહ્યું...

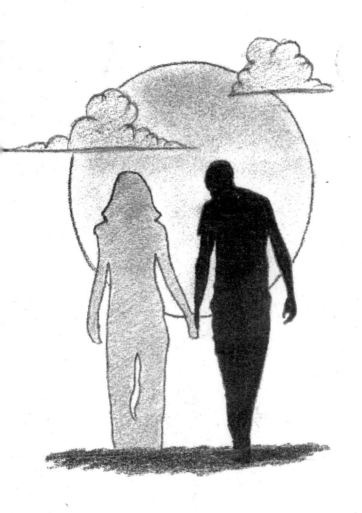

ન રહ્યું આપવા કોઈ સાથ,
એકલા રહેવાની આદત પડી...
ન રહ્યું સાંભળવા કોઈ વાત,
ભુલાવી દેવાની આદત પડી...
ન રહ્યું બતાવવા કોઈ ભૂલ,
જાણવાની ઇચ્છા જાણે મરી...
શ્વાસ ઘૂંટાય છે જૂઠા વિશ્વાસમાં,
પણ તેમાં મરવાની આદત પડી...

૨૨. ખુશી

તારા ઉદાસ ચહેરાને હસાવી રહ્યો હું...
રિસાઈ ગયેલી તને માનવી રહ્યો હું...
તારી ખુશીમાં મારી ખુશી શોધી રહ્યો હું...
આખરે તારા માટે દુનિયા સામે હારી રહ્યો હું...

૨૩. અફસોસ

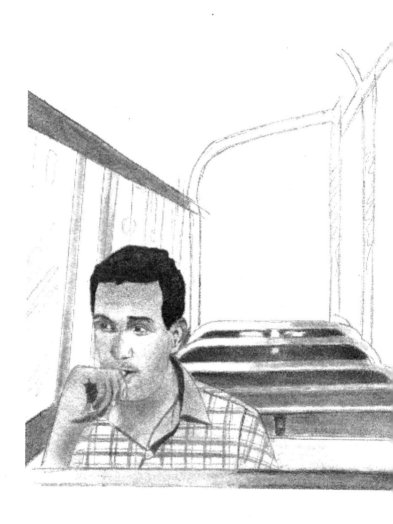

સાંજના સાત વાગ્યા. ઑફિસથી પાછા જવાનો સમય થઈ ગયો. બહાર નીકળીને બસસ્ટૅન્ડ પર બસની રાહ જોતો ઊભો રહ્યો. આજે ઑફિસમાં કામ કરીને ખૂબ જ કંટાળ્યો હતો તેથી હવે રજા ક્યારે લેવી છે તે જોવા મોબાઇલમાં કૅલેન્ડર જોયું તો ખબર પડી કે કાલે વૅલેન્ટાઇન ડે છે... અને એ સાથે તન્મય ભટ્ટને છ વર્ષ પહેલાંનો વૅલેન્ટાઇન ડે યાદ આવી ગયો.

નવમા ધોરણનો એ યાદગાર દિવસ. શાળામાં ભણતો ત્યારે બપોરની રિસેસમાં વૉલીબૉલ રમવાનું નક્કી જ હોય. દરરોજની ટીમ પણ નક્કી. બાર જણનું સરસ ગ્રૂપ થઈ ગયું હતું. છેલ્લાં ત્રણ-ચાર વર્ષનું રૂટીન આ જ હતું. અડધો કલાક મળે એમાં એક પણ મિનિટ છોડે નહિ તન્મય. પણ આજે રિસેસ પડ્યાને પાંચ મિનિટ પછી રુદ્ર એક ચિઠ્ઠી જેવું લઈને આવ્યો ને એને આપી ગયો. બસ પછી તો તન્મય ક્યાં ગાયબ થઈ ગયો એ કોઈને ખબર જ ના પડી. આજના દિવસે રુદ્ર ચિઠ્ઠી જેવું કંઈક લઈને આવ્યો એટલે તન્મયને અનુમાન તો આવી ગયું હતું...માટે બધાંથી દૂર જઈને એણે ચિઠ્ઠી ખોલી. એ ચિઠ્ઠી નહોતી પણ હૅન્ડમેડ વૅલેન્ટાઇન ડેનું કાર્ડ હતું. એ પણ કાવ્યા તરફથી. એણે ધાર્યું નહોતું કે કાવ્યા આજે આવું કંઈ મોકલશે. સરપ્રાઇઝ જોઈને તન્મય ખુશ ખુશ થઈ ગયો.

તન્મય પ્રથમ દેખાવે તો આકર્ષક જ લાગતો. પહેલી નજરે જ બીજાથી અલગ પડી જાય. ગોરો વાન અને હૃષ્ટપુષ્ટ શરીર. હેલ્ધી કહી શકાય. રોજ સવારે કસરત કરીને સ્કૂલ-ટાઇમથી જ મસલ્સ બનાવ્યા હતાં. વાળ તો પહેલેથી મેગી જેવા વાંકડિયા જ હતાં તેથી કોઈ દિવસ વાળ ઓળવાનો તો પ્રશ્ન જ નહોતો આવ્યો. તન્મય

અને કાવ્યા પહેલા ધોરણથી એક જ ક્લાસમાં હતાં. એકબીજાને સારી રીતે ઓળખતાં પણ હતાં અને સારાં મિત્રો પણ હતાં. બંને વચ્ચે કોણ પહેલો નંબર લાવશે એની હરીફાઈ હંમેશાં રહેતી. બંને જાણે સ્કૂલમાં તો સાથે હતાં તેમ જ ટ્યૂશનમાં પણ જોડે હતાં. બંને નાનાં હતાં ત્યારે ક્લાસમાં પણ ખૂબ જ મસ્તી કરતાં. કાવ્યા દેખાવે સામાન્ય હતી અને નાનપણથી જ એને ચશ્માં હતાં. શરૂઆતમાં તો રોજ બે ચોટલા વાળીને લાવતી. જોકે તન્મય રોજ "ચશ્મીશ ચોટલા" કહીને એને ચીડવતો. પણ હવે જ્યારે એક ચોટલો વાળીને લાવતી તોયે તન્મય દિવસમાં એક વાર તો ચોટલો ખેંચીને હેરાન તો કરતો જ. સાથે સાથે એકબીજાને ચોક મારવાનું તો બંનેમાંથી કોઈ છોડતાં નહિ.

બંને એકબીજાને ગમતાં હતાં પરંતુ બંનેએ અત્યાર સુધી કહ્યું નહોતું. દરેક ટીચરના ક્લાસમાં બંને એકબીજાને ૪-૫ વાર તો જોઈ જ લેતાં અને ઘણી વાર બંનેની આંખો પણ મળતી. એ સાથે જ બંને અંદરથી ખુશ થઈ જતાં કે પેલો/પેલી મને તાકી તો રહ્યો જ છે. શાળામાં થતા ઘણા પ્રૉજેક્ટ્સ અને કાર્યક્રમોમાં જોડે જ ભાગ લેતાં. આ બંનેની જોડીને પણ લોકો KT KT કરીને ચીડવતા હતાં. પણ બંને હંમેશાં એકબીજા માટે કંઈ નથી એવું જ કહેતાં. શાળામાં રમાતી હોળી વખતે તો જોવા જેવું થતું.. જાણે કૃષ્ણ અને રાધા રમતાં હોય એવું લાગે. ભૂલી જતાં કે, બંને ફક્ત "મિત્રો" જ છે.

કાવ્યાની ધીરજ ખૂટી ગઈ હતી. એને અંદરથી લાગતું હતું કે જ્યાં સુધી બારમું ધોરણ પતશે નહિ ત્યાં સુધી તન્મય કંઈ કહેવાનો નથી. એને ચેન પડતું નહોતું. આ વૅલેન્ટાઇન ડે પર તો ખુલાસો કરી જ દેવો હતો. છેલ્લા

એક અઠવાડિયાથી આ કાર્ડ બનાવી રહી હતી. દસ-પંદર કાર્ડ બનાવ્યાં...આખરે એમાંથી એને જે સૌથી સારું લાગ્યું એ તન્મયને આજે મોકલી આપ્યું. કાર્ડનો જવાબ આપવા પોતે પહેલી વાર સ્કૂલમાં ક્લાસ બંક માર્યા અને બે કલાકમાં નાનું હૅન્ડમેડ કાર્ડ બનાવીને સ્કૂલ છૂટતા જ એને આપી દીધું.

ત્યાં જ બસ આવીને ઊભી રહી. તન્મય બારી પાસે ગોઠવાયો. પણ હજુ મનમાં તો એ જ યાદો ઘૂમી રહી હતી. આંખો બંધ કરીને બેઠો ત્યાં જ અધૂરું પિક્ચર ચાલુ થઈ ગયું.

હવે એકબીજાને જોવાનો નજરીયો બદલાઈ ગયો. દિવસમાં ઘણી વાર આંખો મળી જતી. પણ બે મહિનામાં જ જે શરૂ થયું તું, એ ધીમું પડીને બંધ પડી ગયું. દસમું ધોરણ આવી ગયું હતું. બંને જાણતાં હતાં કે આ વસ્તુ માટે બંને હજી નાનાં છે તો બંનેએ પોતાની કરિયર પર ધ્યાન આપ્યું ને ભણવામાં પડી ગયાં. હજુ તો પ્રેમના ફૂલની ફૂંપળ ફૂટી હતી, એ મોટી થઈને ફૂલ બને એ પહેલાં જ કરમાઈ ગઈ અને બધું એટલું સ્વાભાવિક રીતે બન્યું કે બેમાંથી કોઈને કંઈ અજુગતું લાગ્યું જ નહિ. બીજા બે વરસ પણ એવી જ રીતે ગયાં. બંનેના ક્લાસ અલગ થઈ ગયાં હતાં. પોતે એન્જિનિયરિંગમાં એટલે A ગ્રૂપ લીધું, તો સામે કાવ્યા મેડિકલમાં ગઈ.

તન્મયને આઇઆઇટી બૉમ્બેમાં ઍડ્મિશન મળ્યું ને ઊપડી ગયો અને કાવ્યાને તો અમદાવાદમાં જ ઍડ્મિશન મળી ગયું હતું એટલે ઘરેથી જ કૉલેજ જવાનું હતું. કૉલેજનું એક-દોઢ વર્ષ પણ એમ જ નીકળી ગયું. તન્મયનો કાવ્યા જોડે કોઈ સંપર્ક નહોતો, પણ ફેસબુક પર

ફરીથી ભેગાં થયાં. નંબર એક્ષચેન્જ થયા ને વાત ફરીથી શરૂ થઈ ગઈ. જીવનનું સંગીત જે ચાર વર્ષ પહેલાં પૉઝ થઈ ગયું હતું એ પ્લે મોડ પર આવી ગયું.

બે વર્ષનો ગૅપ બે મહિનામાં ક્યાં પુરાઈ ગયો એનો અહેસાસ જ ના થયો. પહેલાં જેવાં પાક્કાં મિત્રો થઈ ગયાં. રોજ ફોન પર કલાકો વાતો થતી. એ વખતે SMS જ ચાલતા હતાં..તો મેસેજ પર તો આખો દિવસ વાતો ચાલતી. વાતો વાતોમાં કાવ્યા અને તન્મય બંનેએ કબૂલ કરી લીધું કે સ્કૂલમાં બંને એકબીજાનો ક્રશ હતાં. બંનેના હૃદયમાં પ્રેમના અંકુર ફૂટ્યા. કાવ્યાએ તો પોતાના મોબાઇલમાં તન્મયનું નામ <3 તરીકે સેવ કર્યું હતું.

સૌથી મજાની વાત તો એ બની કે કાવ્યાને રોજ સવારે વાંચવાનું હોય એટલે તન્મયને સવારે ઉઠાડવાની જવાબદારી સોંપેલી...એટલે રોજ સવારે કાવ્યાનો એલાર્મ એટલે તન્મય. તન્મય એ કરવા માટે પોતે એલાર્મ મૂકતો કાવ્યાને ઉઠાડવાના ૧૦ મિનિટ પહેલાંનો અને પોતે જાગી જઈ પરફેક્ટ સમયે એને જગાડતો. ઘણી વાર પોતાને મોડું જાગવાનું હોય ત્યારે પણ એલાર્મ મૂકી કાવ્યાને જગાડીને પોતે સૂઈ જતો. કાવ્યાને ઉઠાડવામાં એ અનેરો આનંદ અનુભવતો; કારણ એક જ કે કાવ્યાનો અવાજ સાંભળીને એના દિલના તાર ઝણઝણી ઊઠતા.

તન્મયને ખબર હતી કે લૉન્ગ ડિસ્ટન્સ રિલેશનશીપ જાળવવી અઘરી હોય છે. માટે હંમેશાં નવરાત્રિ, દિવાળી, ઉત્તરાયણ, હોળી બધા તહેવારોમાં અચૂક અમદાવાદ આવતો અને આવતો ત્યારે કાવ્યાને જરૂરથી મળતો. નવરાત્રિમાં એક દિવસ ગરબા રમ્યા પછી તન્મયે કાવ્યાને કહ્યું,

"મને તારી સાથે સમય વિતાવવો ગમે છે અને હું તારા માટે સિરિયસ છું."

સામેથી કાવ્યનો પણ શરમાઈને જવાબ આવ્યો, "મને પણ તારી સાથે રહેવું ગમે છે."

આકર્ષણ અને પ્રેમ વચ્ચેનો ભેદ સમજાવો ખૂબ જ અઘરો છે અને ઉંમર નાની હોય ત્યારે તો એ વખતે તો જે ગમતા પાત્ર માટેના આકર્ષણને જ લોકો પ્રેમ સમજી બેસતા હોય છે. પણ તન્મય આ ભેદ જાણતો હતો અને એને ખાતરી હતી કે એને જે અનુભવ થઈ રહ્યો છે એ પ્રેમ જ છે.

ઉત્તરાયણ વખતે પતંગ ચગાવવા તન્મય પોતાના કાકાને ત્યાં દર વખતે જતો હતો. પણ આ વખતે એને કાવ્યા સાથે ઉત્તરાયણ કરવી હતી. જોકે એને એકલીને તો કાકાને ત્યાં ના બોલાવાય. તો એને માટે થઈને તન્મયે આખા મિત્રવર્તુળને પોતાના કાકાને ત્યાં બોલાવી લીધું. આ બંનેની પહેલી ઉત્તરાયણ હતી તેથી કાવ્યા તન્મયનો પતંગ પાછળનો પાગલ શોખ જોઈ અચંબામાં આવી ગઈ.

આ પ્રેમની ખાતરી તન્મયને હોળી રમવા ગયો એ વખતે એને દ્રઢ થઈ ગઈ. દર વખતે ગ્રૂપમાં મળતાં હતાં પણ આ વખતે કાવ્યાએ રમવાની ના પડતાં તન્મય એના ઘરે એને લેવા ગયો હતો. ના ના કરતી કાવ્યા રમી પણ ખરી. ધૂળેટી રમવામાં અલગ જ અંદાજ હતો બંનેનો. કાવ્યાની આંખમાંથી વરસતા અનહદ પ્રેમથી તન્મય રંગાઈ ગયો. તન્મયે આખરે પ્રપોઝ કરી દીધું અને પોતાના પ્રેમનો એકરાર કરી દીધો. કાવ્યા એ વખતે પછી

જવાબ આપીશ એમ કહીને જતી રહી પણ બીજા બે દિવસ થઈ ગયા છતાં જવાબ ના આવ્યો એટલે તન્મયના મનમાં ફાળ પડી. ત્રીજા દિવસે એક મેસેજ આવ્યો, "ના, હું તને પ્રેમ નથી કરતી. મને તારા પ્રત્યે એવી કોઈ લાગણી નથી અને આપણે મિત્રો જ રહીએ એ બરાબર છે." તન્મયે સ્વાભાવિક રીતે પૂછ્યું, "કેમ ??"

કાવ્યા જોડે તન્મયે જવાબ માંગ્યો હતો અને જવાબમાં "મારે તો ફક્ત તારી જોડે આકર્ષણ જ હતું. પ્રેમનો અનુભવ તો કૉલેજમાં આવ્યા પછી તન્મય કાપડિયા જોડે થયો." કેટલું આસાનીથી કહી દીધું હતું એણે! પણ તન્મયને જવાબ અધૂરો લાગ્યો હતો. જોગાનુજોગ જ કહેવાયને કે કાવ્યા પણ પ્રેમમાં પડી બીજા તન્મય જોડે જ. તન્મયે એ પછી કાવ્યાને એક વાર મળવા કહ્યું. એને કાવ્યા જોડેથી આંખમાં આંખ મિલાવીને સાંભળવું હતું જે તેણે મેસેજમાં આરામથી કહી દીધું હતું. પણ કાવ્યા એ પછી ના તન્મયને મળી કે વિસ્તૃતમાં કંઈ જવાબ આપ્યો. જાણે હવાનું ઝોકું આવીને જતું રહ્યું હોય અને જગ્યા ખાલી થઈ જાય એવું તન્મયની જિંદગીમાં બન્યું.

તન્મય જૂની યાદોનાં સંભારણાંમાંથી બહાર આવ્યો ને જોયું તો પોતે બસમાં જ બેઠો બેઠો છેલ્લા સ્ટૉપ પર પહોંચી ગયો હતો. સાથે સાથે અહેસાસ થયો કે પોતે કલાકથી ત્યાં જ બેઠો હતો અને થયું કે કાવ્યા પોતાની થઈ શકી હોત...એકલતાના અનુભવમાં આ યાદો થોડાક પળની ખુશી આપીને જતા જતા દિલમાં ચૂભતી પણ ગઈ.

હજુ પણ તન્મય પોતાની જાતને સવાલ પૂછે છે કે પોતે શું કર્યું હોત તો પ્રેમ અને આકર્ષણ વચ્ચેની એ ભેદરેખાને ભૂંસી શક્યો હોત...

૨૪. ભેટ

ફૂલની કળીથી પણ નાજુક ભાળી તને...
આંખોથી જોઈ જ નહિ પણ નજરોમાં વસાવી તને...
આખરે દિલનો માલિક તારો ગુલામ થઈ ગયો...
પહેલી ભેટ રૂપે તારા દરવાજા પર દિલ મૂકી ગયો...

૨૫. વિધિ

સમય પોતાનું વહેણ બદલી રહ્યો...
બધી જ પરિસ્થિતિ મારી ખિલાફ કરી રહ્યો...
ત્યારે વિધિ નવું વિધાન લખી રહી...
મને મારાથી જ જુદો કરી રહી...

૨૬. ઝલક

વાદળોની વચ્ચે શોધી રહ્યો ચહેરો...
વાદળોના ગડગડાટમાં શોધી રહ્યો ધ્વનિ...
પણ વીજળીના ચમકારા સાથે ઝલક બતાવી...
ને રૂબરૂ આવી વરસાદનાં ટીપાં બની ભીંજાવી...

૨૭. યાદ

લખેલા કાગળની શાહી સમય જતાં સુકાઈ જશે...
સાથે પાડેલાં પગલાંની છાપ પણ ભૂંસાઈ જશે...
પણ કાનમાં ગુંજતો ધ્વનિ શાંત પડશે ???
સ્મૃતિપટ પર અંકિત યાદો સમયની સાથે ઢંકાશે ???

૨૮. પ્રશ્ન

નદીને કહેવું નથી કે સાગર જોડે જા...
પવનને કહેવું નથી કે આ દિશામાં વા...
સૂરજ કે ચાંદને પણ કહેવું નથી ઊગવા કે આથમવા...
કદાચ માણસની જ ફિતરત નથી બધું યાદ રાખવા...

૨૯. ડર

તને પામ્યા પછી ખોવાનો ડર જતો રહ્યો...
તું મારી થઈશ કે નહિ તેનો ડર પણ જતો રહ્યો...
તને ખુદને હું મારી અંદર અનુભવી રહ્યો...
ને એમાં જ હું મારી દુનિયા જીવી રહ્યો...

૩૦. ભૂલ

કૉલેજમાં કલ્ચરલ ફેસ્ટિવલની તારીખો જાહેર થઈ ગઈ. દરેક નાઇટનાં રજિસ્ટ્રેશન પણ ચાલુ થઈ ગયાં. અભય એન્ડ ગ્રૂપ કૉલેજમાં ડાન્સ માટે ખૂબ જ જાણીતું હતું. છેલ્લા બે વરસમાં "બેસ્ટ કોરિયોગ્રાફી"નો એવૉર્ડ તો અભય જ લઇ ગયો હતો. લોકો કહેતા કે ડાન્સમાં એ જીવ રેડી દેતો હતો. આ વરસે પણ મહિના પહેલાંથી જ તૈયારીઓ ચાલુ થઈ ગઈ હતી.

અભય એટલે બીજો હ્રીતિક રોશન જ સમજી લો. શરીરનો બાંધો અને વ્યક્તિત્વ બધું એના જેવું જ. પાછો હ્રીતિકનો સૌથી મોટો ફેન. ક્લોથિંગ અને લૂક્સમાં પણ હ્રીતિકની બધી સ્ટાઇલ કૉપી કરે. હાલમાં વાળ વધાર્યા હતાં. પોની ટેલ પણ નાની બાંધતો. શિવ ભગવાનનો ભક્ત પણ ખરો. તો શરીર પર ડાબા હાથે " શિવાય" નામનું ટેટ્ટૂ પણ કરાવ્યું હતું.

અભયની એક ખાસિયત હતી. દર વખતે ડાન્સમાં મુખ્ય નાયિકા એ બદલતો રહેતો અને એ માટે તો ખાસ ઓડિશન પણ થતાં. કૉલેજની બહુ બધી છોકરીઓ એની સાથે ડાન્સ કરવા માટે તૈયાર રહેતી. આ વખતે અભયનો પ્લાન ડાન્સ વિથ ડ્રામા કરવાનો હતો. એટલે જે છોકરી ડાન્સના ઓડિશન માટે આવતી એને નાટકની ડાયલૉગ ડિલિવરી પણ આપવી પડતી.

રુચિકાને ઓડિશનની લાઇનમાં જોઈ હતી ત્યારથી જ અભયની નજરમાં આવી ગઈ હતી. પોતાના મગજમાં અલગથી જ એની નોંધ લીધી હતી. લાંબા વાળ, માંજરી આંખો, ભરાવદાર બદન, રેડ લિપસ્ટિકવાળા રસીલા હોઠ ને વધુમાં માદક અદા...આ બધું જોતાં એને પોતાના ઍક્ટ માટે પરફેક્ટ લાગી. પંદર-વીસ

છોકરીઓના ઓડિશન પછી એણે રુચિકા પર પોતાની પસંદગીનો કળશ ઢોળ્યો. રુચિકાની પસંદગી તેની આગળની જિંદગી બદલી નાખશે એની અભયને ક્યાં ખબર હતી.

બીજા દિવસથી તૈયારીઓ ચાલુ થઈ ગઈ. અભય એન્ડ ગ્રૂપ સ્ક્રિપ્ટ અને ગીતો ફાઇનલ કરવામાં લાગી ગયા. એ લોકોએ આખી સ્ક્રિપ્ટ એવી રીતે બનાવી કે જાણે પ્રેમકથા જ લાગે. ૪-૫ ગીતોને એકથી દોઢ મિનિટ સુધી કટ કરીને બાકીમાં ૪-૫ મિનિટના ડાયલૉગ ઉમેરીને ૧૦ મિનિટનું કન્ટેન્ટ ફાઇનલ કર્યું. અભયના ગ્રૂપમાં આમ તો એના ખાસ મિત્રો જ હતાં. કરણ, અક્ષય, દેવાંશ, અવની, પ્રીતિકા, નિધિ બધાં કૉલેજના પહેલા અઠવાડિયાથી જ મિત્રો બની ગયા હતાં. બધાને ડાન્સમાં રસ પણ હતો તો ડાન્સ ગ્રૂપ ત્યાં જ બની ગયું. ડાન્સમાં જે લવસ્ટોરી બતાવવાના હતાં એ પાત્ર નિભાવવા અભય અને રુચિકાની જોડીને જ ગ્રૂપે ફાઇનલ કરી.

રોજ કૉલેજ પૂરી થાય એટલે ૨-૩ કલાક પ્રૅક્ટિસ કરવાનું ચાલુ થઈ ગયું હતું.

અભય અને રુચિકા જ્યારે પ્રૅક્ટિસ કરતાં તો એટલાં ઓતપ્રોત થઈ જતાં કે એ ૧૦ મિનિટ માટે તો પોતાનું સાચું અસ્તિત્વ ભૂલી જતા અને રાજ-સિમરન બની જતાં. એક અઠવાડિયામાં તો અભય અને રુચિકા સારા મિત્રો પણ બની ગયા. રોજ પ્રૅક્ટિસ પતે પછી નાસ્તો કરવા કે જમવા જવાનું હોય તો સાથે જ જતા. અભય તો સ્કૂલમાં ભણતો ત્યારથી જ ડાન્સર હતો અને પોતાની હોબીના રૂપે સારી રીતે શીખ્યો હતો. રુચિકાનું પણ એવું જ હતું. ભરતનાટ્યમમાં એણે પ્રવીણતા મેળવી હતી. તો બંને

એકબીજાને નવાં નવાં સ્ટેપ બતાવતાં ને ભૂલો ક્યાં ક્યાં થાય છે એ સુધારીને પોતાનું પરફોર્મન્સ સારું બનાવવાનો પ્રયત્ન કરતાં. દિવસો જતાં ડાન્સ સિવાયની વાતો પણ ચર્ચાવા લાગી અને મિત્રતા ગાઢ બનતી ગઈ. ડાન્સ ગ્રૂપવાળા બધા જોડે જ બહાર જતા... મૂવી જોવા, ગેમઝોનમાં રમવા, ડિનરપાર્ટી કરવા. પણ હવે તો એમનાથી અલગ પણ બંને જવા લાગ્યા હતાં. રુચિકાની આંખમાં અભયને અનોખી ગહેરાઈ દેખાતી અને એમાં જ ખોવાઈ જવા માટે એ બનેલો છે એવો અહેસાસ થવા લાગ્યો.

અભયનો સૌથી ખાસ મિત્ર કરણ હતો. અભય એના પર વિશ્વાસ મૂકી પોતાના દિલની બધી વાતો કરણને કહેતો. દરેક ઇવેન્ટમાં બંને જોડે જ ભાગ લેતા. ડાન્સની ટીમમાં પણ અભય જોડે હતો. હોસ્ટેલમાં બધા મિત્રો બાજુબાજુના રૂમમાં જ રહેતા હતાં તો રાત્રે ગપ્પાં મારવા ને મસ્તી કરવામાં પણ બધાં જોડે જ રહેતાં. અભયે કરણને પોતાને રુચિકા ગમે છે એવું કહ્યું હતું. બીજા જ દિવસથી બધા અભયને ચીડવવા લાગ્યા હતાં. મહિનો પૂરો થવા આવ્યો ને કલ્ચરલ નાઇટ આવી ગઈ. સ્ટેજ પર પણ અભય અને રુચિકાની કેમિસ્ટ્રી અદભુત રંગ લાવી. પરફોર્મન્સમાં અભયની પ્રપોઝ કરવાની અદા, રુચિકાનું શરમાળ હાસ્ય અને બંનેનો ૨ મિનિટનો રોમાંચક સાલસા ડાન્સ છવાઈ ગયાં. “બેસ્ટ કોરિયોગ્રાફી”નું ઇનામ ફરીથી અભયને જ મળ્યું.

અભય અને રુચિકાનું મળવાનું હવે સહજ થઈ ગયું. પહેલાં પ્રૅક્ટિસના બહાને મળતાં હતાં અને હવે તો સારાં મિત્રો બની ગયાં. રુચિકા હોસ્ટેલમાં રહેતી નહોતી.

મેસનું જમવાનું સારું નહોતું તો હવેથી રોજ રુચિકા બપોરનું જમવાનું અભય અને એના મિત્રો માટે લેતી આવતી. બધા રોજ પેટ ભરીને ખાઈ લેતા. પણ જ્યારે રૂમ પર જાય ત્યારથી અભયને પાછું ચીડવવાનું ચાલુ કરી દેતા.

અભય કમ્પ્યૂટર એન્જિનિયરિંગમાં ભણતો હતો. ડાન્સ તો શોખ હતો. પણ પોતાના ફિલ્ડમાં કંઈ પાછળ પડે એવો ન હતો. એણે પોતે કૉલેજના બીજા વરસમાં જ "વર્ચ્યુઅલ શેરમાર્કેટ"નું સૉફ્ટવેર બનાવેલું હતું. લાસ્ટ યર જ કૉલેજમાં ટૅકફેસ્ટ થાય ત્યારે એણે " શેર વોર્સ" નામે ગેમ લોન્ચ કરી હતી. ૧૫-૨૦ કમ્પ્યૂટર્સ લેનથી એકબીજા સાથે જોડી જાણે એક રૂમમાં નાનું શેરબજાર જ બનાવી દીધું હોય એવું લાગતું.

૪૫ મિનિટનો એક રાઉન્ડ એવા ૮-૯ રાઉન્ડ દિવસના ત્રણ દિવસ સુધી જાતે જ ઍન્કરિંગ કરીને ગેમ રમાડતો. આ વખતે એને ઍન્કરિંગ માટે રુચિકાને બોલાવી હતી. તો ઇવેન્ટની મજા જ અલગ થઈ ગઈ. ફીમેલ ઍન્કરિંગના નામથી જ દર વખત કરતાં ડબલ રજિસ્ટ્રેશન થયાં હતાં. અભય માટે પણ આ એક નવો રોમાંચક અનુભવ હતો. ત્રણ દિવસ રુચિકા જોડે મસ્તી-મજાકમાં ક્યાં જતા રહ્યા એ ખબર જ ના રહી. બંનેની જોડી તો હવે આખી કૉલેજમાં ફેમસ થઈ ગઈ હતી.

રુચિકા અભય કરતા કૉલેજમાં એક વર્ષ જુનિયર હતી એટલે ભણવામાં કોઈ પણ મુશ્કેલી આવે તો તરત અભય જોડે પહોંચી જતી. પરીક્ષાના સમયે તો ખાસ રુચિકાના સવાલોના નિરાકરણ માટે બંને ભેગાં થતાં. અમુક વાર તો રુચિકા એમ જ કોલ કરીને અભયને બોલાવી લેતી. અભય પૂછતો કે "કેમ બોલાવ્યો મને?" તો

રુચિકા કહેતી "મન થઈ ગયું તને મળવાનું. અને તું થોડો સમય તો મને આપી જ શકે ને." કેન્ટીન પછી લાયબ્રેરી પર જ બંનેનું સૌથી વધારે મળવાનું થતું.

વૉટ્સએપ્પનો કીડો એ વખતે નવો નવો આવ્યો હતો. તો બંને જણાં આખો દિવસ એના પર વ્યસ્ત રહેતાં. કંઈ ને કંઈ વાત તો ચાલુ જ રહેતી બંને વચ્ચે. ૨-૩ ગ્રૂપમાં બંને જણાં કોમન હતાં. ગ્રૂપમાં પણ બંને જણાં એકલાં જ વાતો કરતાં રહે એવું ઘણી વાર બની જતું. એ વખતે બાકીનાં બધાંય ચૂપચાપ એની મજા લીધાં કરતાં.

અભય અને રુચિકાની વાતો તો ખૂટતી જ નહિ. અભયને હંમેશાં પોતાને સાંભળે, સમજે અને પ્રેમ કરે એવું કોઈ જોઈતું હતું. એવામાં જ રુચિકાનો ભેટો થયો અને એને પોતાની મહેચ્છા પૂરી થતી દેખાઈ. અભયના જન્મદિવસ પર રુચિકા ઘરેથી ખાસ કેક બનાવીને લાવી હતી એ જોઈને તો અભય એના પ્રેમમાં પાગલ જ થઈ ગયો. જન્મદિવસની ભેટ રૂપે બધાંએ ભેગાં થઈને અભયને સુંદર મજાનું કાર્ડ આપ્યું હતું જેમાં બધાંએ પોતાનો મૅસેજ લખીને આપેલો હતો. રુચિકાએ લખેલું:

" પ્રિય અભય,

ડાન્સના એ ઓડિશને તો મારી જિંદગી બદલી નાખી. મને તારા ફ્રેન્ડ સર્કલમાં સ્થાન મળ્યું એ મારું નસીબ નહિ તો બીજું શું. ખૂબ જ ઓછા સમયમાં આપણે સારા મિત્રો બની ગયાં. તારી સાથે વિતાવેલો સમય મને હંમેશાં યાદ રહેવાનો."

મહિનાઓ વીતતા ગયા, સાથે સાથે ઘરોબો પણ વધતો ગયો. રુચિકાના ઘરે પણ હવે તો બધાંની

અવરજવર વધી ગઈ હતી. એક દિવસ એવું બન્યું કે અભય સ્ટેશનરીની વસ્તુ ખરીદવા જતો હતો ત્યારે એક ઘટનાનો સાક્ષી બન્યો.

અભય હેકિંગ કરવાનું જાણતો હતો. પણ પોતે એવું માનતો કે બીજાની પ્રાઇવસી પોતાના શોખ કે મસ્તી ખાતર ના છીનવી લેવાય. પરંતુ આજની ઘટના જોઈ એણે પોતાનો આ નિયમ તોડી નાખ્યો. આખી રાત મહેનત કરી ત્યારે એ સફળ થયો. આખરે એવી હકીકત સામે આવી જે તેના માન્યામાં જ ના આવી. પોતાની જાણ બહાર શું થઈ રહ્યું છે તે જાણી એની ઊંઘ હરામ થઈ ગઈ.

કૉલેજમાં પરીક્ષા ચાલુ થવાને એક અઠવાડિયાની વાર હતી. અભય એના ગ્રૂપ જોડે જ રોજ વાંચતો. રવિવારની સવાર હતી એટલે શાંતિ હતી. કૉલેજ જવાનું નહોતું. આજે બધા શાંતિથી ઊઠ્યા પણ અભયના રૂમનો દરવાજો ખૂલ્યો નહોતો. રવિવારે દસ વાગ્યા સુધી મેસમાં નાસ્તો મળતો. નાસ્તો કરીને બધા પાછા આવ્યા. હજુ પણ રૂમ બંધ જ હતો. કરણ, અક્ષય, દેવાંશ..બધાએ રૂમનો દરવાજો ખખડાવ્યો પણ તોય ના ખૂલ્યો.

બધાને એમ કે રાત્રે કોઈ મૂવી જોઈને સૂઈ ગયો હશે તો મોડો જાગશે. બાર વાગ્યા તોય દરવાજો ના ખૂલ્યો અને મોબાઇલ પર કોલ કર્યો તો રિંગ જ વાગતી હતી. બધાને શંકા ગઈ...કંઈક ઊંધું તો નથી થઈ ગયું ને??...શંકા કરવાનું કારણ ફક્ત એક જ કે આજકાલ એ મૂરઝાયેલો દેખાતો હતો.

આખરે બધાએ ભેગા થઈને દરવાજો તોડ્યો. સામે જોયું તો પંખા પર લટકતી અભયની લાશ મળી.

તરત જ તેને ઉપરથી ઉતાર્યો. જોકે પ્રાણ તો ક્યારના ઊડી ગયા હતાં. કોઈને ખબર ના પડી કે અભયે આવું પગલું કેમ ભર્યું. બધાના માટે તો એનું જીવન પરફેક્ટ ચાલી રહ્યું હતું. પણ અંદરથી રોજ પોતાનો શ્વાસ ઘૂંટાતો હતો એ તો અભય જ જાણતો હતો. આખરે પોતાના જીવને આ શરીરમાં કેદ કરવાની સહનશક્તિ ચૂકી ગયો હતો.

આપઘાતનો કેસ હતો એટલે પોલીસ આવી, પૂછપરછ થઇ પણ કંઈ કારણ ના મળ્યું. બધા મિત્રો આઘાતમાં જ હતાં. અભયનાં માતાપિતાને બોલાવવામાં આવ્યા. એકનો એક દીકરો મૃત્યુને ભેટ્યો છે એવું જાણી અભયની મમ્મી તો બેહોશ જ થઇ ગયા હતાં. બધી વિધિ પતતાં બીજા ૧૦ દિવસ થયા.

અભયના અંતિમ સંસ્કારને આજે મહિનો થયો હતો. કરણ અને રુચિકાને એકસાથે અજાણ્યા મેઇલ એકાઉન્ટથી મેઇલ આવ્યો. સિસ્ટમથી ઓટો જનરેટેડ મેઇલ આવ્યો હોય એના જેવું લાગ્યું.

મેઇલ સબ્જેક્ટ હતો:

" ભૂલ ".

એક ફાઈલ પણ એટૅચ્ડ હતી.

મેઇલમાં એક જ સવાલ પૂછ્યો હતો:

" રુચિકા અને કરણ,

શું કામ આવું કર્યું??

તમે બંને મારી સૌથી નજીક હતાં અને મને જ તમે તમારાથી દૂર કરી દીધો..!!!

બંનેને તમારી પ્રેમભરી જિંદગી મુબારક...

તમારો "મિત્ર".

૩૧. લડાઈ

લડે છે કેમ માનવી અંદરોઅંદર જ...
નડે છે એને આ દુનિયામાં પોતાના જ...
પડે છે ઓછાં કારણો બીજામાં પ્રેમ શોધવાનાં...
બનાવવાં પડે છે શસ્ત્રો સુરક્ષાના નામે...

૩૨. રાહ

જોતો રહ્યો રાહ, પણ આવી નહિ...
થઈ ગયો પસાર સમય,પણ દેખાઈ નહિ...
તૂટી જે કડી તે ક્ષણે વિશ્વાસની,
તે કદી જોડાઈ નહિ...

૩૩. જ્વાળા

શિયાળાની ઠંડકમાં યાદો હૂંફ આપતી રહી મને...
સળગી રહેલા તાપણામાંની એક જ્વાળા રૂપે અનુભવી
રહ્યો તને...
તારા બોલેલા શબ્દો બળીને રાખ થયા...
બાકીમાં કરેલા વાયદા પણ ધૂમ્ર થયા...

૩૪. સ્વાર્થ

આજે દિલ ધબકી રહ્યું, જીવન નહિ...
શ્વાસ પર ટકી રહ્યો, વિશ્વાસ પર નહિ...
આગળ વધી રહ્યો, સાથે ધ્યેય નહિ...
સંબંધ ફક્ત સ્વાર્થ પર ટક્યો, લાગણી પર નહિ...

૩૫. એક જમાનો હતો...

તને ચાહતો હતો...
એ એક જમાનો હતો ...
તારા સપનામાં જીવતો...
તને જ આખો દિ ઝંખતો...
હવે પસ્તાવા સિવાય ના કોઈ આરો...
સમય ન આવવાનો ફરી પાછો...
વિતાવેલો તારી પાછળ મારો...
ઊભો ધરા પર તાકતો ખુલ્લા આકાશમાં...
ત્યારે ન તું કે ન ભવિષ્ય પણ બાજુમાં...

મારી નજરે

૩૬. દોસ્તી

જોઈ મિત્ર રૂપે હવે ચહેરાને...
આપી નવું સ્વરૂપ સંબંધને...
જીવી એક નવા અનુભવથી...
નિભાવી દોસ્તી આખરે દિલથી...

૩૭. દિલ કંઈક કહે છે...

પ્રભાતનો સૂર્યોદય જોઈ...
ધોધમાર વરસતો વરસાદ જોઈ...
કોઈક શરમાતી છોકરીની આંખો જોઈ...
રાતના અંધારામાં ઝગમગતા તારા જોઈ...
લાલ થઈ ગયેલા છોકરીના ગાલને જોઈ...
દિલમાં વસી ગયેલી એ છોકરીને આખરે
દિલ કંઈક કહે છે...

૩૮. વાસ્તવિકતા

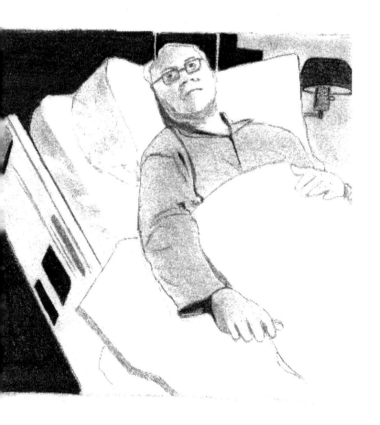

પ્રકાશ બપોરે ઊંઘીને ઊઠ્યો. શનિવાર અને રવિવારે ઑફિસમાં રજા હોય એટલે ઊંઘવાનો પ્રોગ્રામ નક્કી હોય. મમ્મીએ ચા બનાવીને તૈયાર રાખી હતી. રવિવાર હતો એટલે પપ્પા પણ ઘરે હતાં. બધાએ સાથે ચા-નાસ્તો કર્યાં. પપ્પાએ કહ્યું "આજે રમેશકાકાના ત્યાં જતા આવીએ. બહુ દિવસ થઈ ગયા. એમની તબિયત પણ સારી રહેતી નથી. ઘૂંટણનું ઑપરેશન કરાવ્યા પછી બેડરેસ્ટ છે."

આમ જોવા જાવ તો રમેશકાકા પ્રકાશના પપ્પાના કાકા હતાં માટે એના દાદાની ઊંમરના થાય. પણ એ પહેલેથી કાકા કહીને જ સંબોધતો હતો. પ્રકાશ સામાન્ય રીતે કોઈની ખબર કાઢવા જતો નહોતો, એનાં મમ્મી-પપ્પા જ જઈ આવતા. પણ રમેશકાકાની વાત જુદી હતી. જ્યારે પણ રમેશકાકાને ત્યાં જવાનું થતું ત્યારે તે અચૂક જતો, કારણ એક જ...ભલે રમેશકાકા દાદા જેટલા હોય પણ મનથી એકદમ જુવાન હતાં. વાતો પણ મજાની કરતા. મૂળમાં બિઝનેસમેન હતાં એટલે પ્રૅક્ટિકલ વાતો કરતાં અને બીજાને સમજ પણ આપતા.

ગયા વખતે મળ્યા પછી કાકાનું વજન ૧૦-૧૫ કિલો જેટલું ઊતરી ગયું હશે એવું પહેલી નજરે જોતાં જ પ્રકાશને લાગ્યું. એમનું તંદુરસ્ત શરીર સાવ સુકાઈ ગયું હતું. ટીવીમાં તારક મહેતાનાં ઊલટાં ચશ્માં ચાલતું હતું. આ સિરિયલ તમે ગમે ત્યારે જુઓ ત્યારે હસી પડો ને પરિવાર સાથે જોવાની તો ખાસ મજા આવે. પથારીમાં જ સૂતા સૂતા એમણે વાત ચાલુ કરી.

રમેશકાકાએ પ્રકાશને પૂછ્યું,

"બેટા, તું તો બરોડા ભણે છે ને ??"

પ્રકાશ : "હા, કાકા. ચાર સેમિસ્ટર પણ પૂરાં થઈ ગયાં."

રમેશકાકા : "મોટો ભાઈ તો ઉદેપુર જોબ કરે છે ને ??"

પ્રકાશ : "ના...ના, ઉદેપુરમાં તો ફક્ત શરૂઆતમાં ટ્રેનિંગ હતી. હવે સુરત આવી ગયા."

રમેશકાકા : "ફાવી ગઈ જોબ, મોટા ભાઈને?"

પ્રકાશ : "હા, ધીમે ધીમે સેટ થઈ રહ્યા છે."

ટીવીમાં ચાલતી સિરિયલમાં કૉમેડી સીન આવ્યો. બધાં હસી પડ્યાં .

રમેશકાકા : "આ સિરિયલ સરસ બનાવી છે. ગમે ત્યારે ગમે ત્યાંથી જોઈ શકો અને જેઠાલાલની જે એક્ટિંગ કરી છે એ ખૂબ જ સરસ છે, એકદમ નેચરલ છે."

રમેશકાકા : "મહેશ, તારા બંને છોકરાઓ ક્યારે મોટા થઈ ગયા એ ખબર જ ના પડી. ચાર-પાંચ વર્ષમાં તો ઘરમાં વહુ પણ આવી જશે."

મહેશ (હસીને) : "સાચી વાત કહી."

કાકીએ ચાકરને ચા-નાસ્તો લાવવા માટે કહ્યું. ચા-નાસ્તો આવ્યાં. ત્યારે ફરી પાછો કાકાએ પ્રકાશને એ જ સવાલ કર્યો.

"બેટા, તું તો બરોડા ભણે છે ને ??"

પ્રકાશ : "હા, કાકા. ચાર સેમિસ્ટર પણ પૂરાં થઈ ગયાં. ભણવામાં પણ હવે રસ વધવા લાગ્યો છે."

રમેશકાકા : "મોટો ભાઈ તો ઉદેપુર જોબ કરે છે ને ??"

પ્રકાશ : "ના....ના, ઉદેપુરમાં તો ફક્ત શરૂઆતમાં મહિનાની ટ્રેનિંગ હતી. હવે સુરત આવી ગયા."

રમેશકાકા : "ફાવી ગઈ જોબ, મોટા ભાઈને?"

પ્રકાશ : "હા, ધીમે ધીમે સેટ થઈ રહ્યા છે. જમવાનો પ્રશ્ન થોડો રહે છે, પણ સારું મળી જશે કોઈ ટિફિનવાળું તો વાંધો નહિ આવે. "

રમેશકાકા (ટીવી તરફ જોઈને) : "આ સિરિયલ સરસ બનાવી છે. ગમે ત્યારે ગમે ત્યાંથી જોઈ શકો અને જેઠાલાલની જે ઍક્ટિંગ કરી છે એ ખૂબ જ સરસ છે."

રમેશકાકા : "મહેશ, તારા બંને છોકરાઓ ક્યારે મોટા થઈ ગયા એ ખબર જ ના પડી. ચાર-પાંચ વર્ષમાં તો ઘરમાં વહુ પણ આવી જશે."

મહેશ : "સાચી વાત કહી."

વાત આખી રિપીટ થઈ ત્યારે કાકીએ કહ્યું, "ઓપરેશન થયા પછી કાકાને બહુ યાદ નથી રહેતું. સમય જતાં સરખું થઈ જશે."

૧૦ મિનિટ થયા પછી ફરીથી આખા વાર્તાલાપનું પુનરાવર્તન થયું. પ્રકાશ કાકાની આ પરિસ્થિતિ જોઈને મનોમન ઉદાસ થઈ ગયો. તેને થયું કેવા નસીબ કાકાના !! જેમને દરેક માણસની એકે એક વાત યાદ રહેતી હતી એમને હવે પાંચ મિનિટ પહેલાનું પણ યાદ નથી રહેતું. એમણે ધંધામાં કરેલા બધા સોદાની વિગતો તો દસ વર્ષ પછી પણ એમને યાદ રહેતી હતી.

કાકાને ફરવાનો બહુ શોખ. દર ઉનાળાના વેકેશનમાં કોઈ નવા દેશમાં જ ફરવા જાય. જેટલા પણ

દેશ ફરતા ત્યાંની ખાસ વાનગી, ફરેલી દરેક જગ્યાની ખાસ વિશેષતા... બધું જીભ પર જ હોય. ફોટોગ્રાફિક મેમરી ધરાવતો માણસ અચાનક જ ગજિની જેવો થઈ જાય તો કેવો આંચકો લાગે? એવું જ પ્રકાશને થયું.

સાંજે પાંચ વાગે શાળા છૂટવાનો સમય. પ્રતીક શાળાનો ઘંટ વાગવાની સાથે જ ઝાંપા પર પહોંચી જઈ પપ્પાની રાહ જોતો ઊભો રહેતો. રોજ પપ્પા એમનું બજાજનું સ્કૂટર લઈને લેવા આવી જતા અને સાથે ચૉકલેટ પણ લેતા આવતા. ઘરે પાછા વળતાં આખો દિવસ સ્કૂલમાં શું કર્યું, કયા શિક્ષકે શું ભણાવ્યું, શું ધમાલ કરી...ઘરે પહોંચતા સુધીમાં પપ્પાને એ-ટુ-ઝેડ બધું જ કહી દેતો. રસ્તામાં એક સોસાયટી આવતી. સોસાયટીના બધા બંગલા ખૂબ જ સુંદર રીતે બનાવેલા. રોજ એ સોસાયટી સામેથી પસાર થતાં પ્રતીક અચૂક કહેતો " પપ્પા, આપણે પણ એક દિવસ આટલો મોટો બંગલો લઈશું." રમેશકાકા પણ હંમેશાં હા પાડતા. બંગલામાં પછી મોટી ગાડી દેખાતી એવી ગાડી લેવાનું પણ પ્રતીક કહેતો. એની વાતમાં પણ રમેશકાકા સંમતિ પુરાવતા.

ત્રીસ વર્ષ પહેલાંની આ ઘટનાની યાદ આવતાં જ કાકીની આંખમાંથી ઝળઝળિયાં આવી ગયાં. પ્રકાશ સમજી ગયો કે એમના મનમાં શું ચાલી રહ્યું છે... "આજે રમેશકાકાનો મોટો બંગલો છે, પ્રતીકને જોઈતી હતી એવી ગાડી એક નહિ પણ ૨-૩ પડેલી છે. પડ્યો બોલ ઝીલતા નોકર ચાકર છે. પણ અત્યારે એમને જોઈતો પ્રતીકનો સહારો નથી. પ્રતીક અત્યારે અમેરિકામાં સરસ રીતે સેટ થઈ ગયો છે. સમય મળે ત્યારે ઇન્ડિયા ચક્કર પણ લગાવી જાય છે. પણ અમેરિકા છોડીને પાછો આવી શકે એવું

નથી." જ્યારે પણ મહેશભાઈ અને પ્રકાશ મળવા જાય છે ત્યારે રમેશકાકા અને ગીતાકાકીને પ્રતીકની યાદ આવી જાય છે અને થોડા ભાવુક થઈ જાય છે. સ્કાઇપ, ગુગલ હૅંગઆઉટ, ફ્રેસટાઇમ, વોટ્સએપ વગેરેમાં વિડિયો ચેટથી માણસે આભાસી દુનિયા બનાવી તો દીધી છે, પણ વાસ્તવિક દુનિયાના અનુભવો, લાગણીઓ એમાં લાવી શક્યો નથી.

મિત્રની અભિવ્યક્તિ...

પાર્થ સાથેની મારી સફર પંદરેક વર્ષની રહી છે. આ સફરમાં મેં પાર્થને ઘણી બધી ભૂમિકાઓ અદા કરતા જોયો છે. પરંતુ દિલથી કહું તો, પાર્થે જયારે મને કહ્યું કે એ પોતાની કવિતાઓ અને ટૂંકી વાર્તાઓને પ્રકાશિત કરીને ગુજરાતી સાહિત્ય પ્રત્યેની પોતાની રુચિ અને લેખક તરીકેની કળાને એક ડગલું આગળ વધારવા જઇ રહ્યો છે, ત્યારે મને સૌથી વધારે આનંદ થયો. આપણી પેઢી એવા સમયમાંથી પસાર થઇ રહી છે કે ગુજરાતી ભાષા પ્રત્યેના લગાવને જાળવી રાખવો વધારે મુશ્કેલ છે અને ખાસ એટલા માટે જ પાર્થનો આ પ્રયત્ન વધારે અભિનંદનને પાત્ર છે.

"મારી નજરે" દ્વારા પાર્થે વાર્તાઓ અને કવિતાઓ રૂપે પોતાની લાગણીઓને ખૂબ જ સુંદર રીતે વ્યક્ત કરી છે. પુસ્તક આજની જનરેશન દ્વારા અનુભવાતી મૂંઝવણો અને સંવેદનાઓને પ્રતિબિંબત કરે છે. “મારી નજરે” વાર્તાઓ અને કવિતાઓનું મિશ્રણ રૂપે વાંચનારની સમક્ષ એવું ચલચિત્ર પ્રસ્તુત કરે છે જે હ્રદયના ગહેરામાં ગહેરા તારોને સ્પર્શી લે છે.પાર્થ જયારે પોતાનું આ સ્વપ્ન સાકાર કરવા જઈ રહ્યો છે ત્યારે હું મારા દિલથી ખૂબ અભિનંદન આપું છું અને એની આ સફરમાં બીજા આવા ઘણા પુસ્તકો પ્રકાશિત કરે એવી શુભકામના પાઠવું છું.

-વત્સલ શાહ

ઇન્ડસઇન્ડ બેંક